Að ráða yfir Susan
Fyrsti Hluti
(Yfirráð og erótísk uppgjöf)

Erika Sanders
Röð
Að ráða yfir Susan bindi 1 til 5

Samantekt

Eftir að hafa lokið háskólanámi fer Susan í sitt fyrsta starf, starf sem fjölskylduvinur, Robert, veitir, sem hefur alltaf haft sérstaka löngun til dóttur vinar síns.

Þessi sérstaka ósk er að fá Susan undir yfirráð hans ...

Þetta rit inniheldur röð af sterku erótísku BDSM efni, þar sem ég rifja upp ævintýri Susan í uppgjöf hennar.

Skáldsögur með miklu rómantísku og erótísku BDSM innihaldi.

Inniheldur eftirfarandi bindi:

1 - Nýja starfið

2 – Reglurnar

3 - Nýja leikfangið

4 – Refsingarherbergið

5 – Fundur með meistaranum

Athugasemd um höfundinn:

Erika Sanders er alþjóðlega þekktur rithöfundur, þýddur á meira en tuttugu tungumál, sem skrifar undir erótísku skrif sín, fjarri sínum venjulegu prósa, með meyjanafni sínu.

Vísitala

AÐ RÁÐA YFIR SUSAN
FYRSTI HLUTI
(ERÓTÍSK YFIRRÁÐ)
ERIKA SANDERS

FRAMKVÆMD

Robert er þroskaður farsæll kaupsýslumaður, kvæntur og á son á sama aldri og Susan.

Fjölskyldur þeirra hafa verið nánir vinir í mörg ár og hann hafði fylgst með henni þroskast í yndislega unga konu.

Hann hafði alltaf sýnt stúlkunni opinskáan vinskap og í gegnum árin gert hana meðvitaða um dálæti sitt á henni.

Með leynd leyndi vináttusamband hans og ástúð hans í garð stúlkunnar margar myrkar langanir hans, án nokkurs möguleika til að láta þær rætast.

Alger undirgefni hennar við hann var eini draumurinn, í myrkustu hugsunum hennar og sá sem hún vildi að myndi rætast.

Susan er nýútskrifuð stúlka með viðskiptagráðu í höndunum og fús til að upplifa heiminn.

Um það bil að hefja sitt fyrsta alvöru starf, starf sem Robert, fjölskylduvinur, býður upp á af virðingu fyrir föður sínum og viðurkenningu á hæfileikum hans.

En líka, án þess að hún vissi af henni, ýtt undir löngun hans til að eignast hana.

Hún er fín, líkamlega en sæt stelpa sem hefur átt sama kærasta, Peter, síðan hún var á fyrsta ári í háskóla.

Þeir eru ævintýramenn, en þeir trufla aldrei heiminn þeirra.

Hún veit hvað hún vill, eða heldur að hún viti, en hún er í raun mjög hlýðin við að leyfa öðrum að leiðbeina sér um lífsbrautir hennar.

NÝJA STARFIÐ

Hann stendur fyrir framan bygginguna, augun stara á gler- og stálhliðina.

Fylgstu með öllum vel snyrtu körlunum og konunum flýta sér inn og út um innganginn.

Hún lítur á sinn eigin stutta pilsbúning, tekur upp hraðann og gengur inn.

Henni finnst hún lítil og dálítið hrædd við karlmenn sem gnæfa yfir sex feta hæð hennar þegar hún fer upp í lyftuna og fer inn í fyrirtæki nýja vinnuveitandans.

Þegar hún lítur í kringum sig sér hún hann í móttökunni tala við sprengjuljóshærða konu og flissa daðrandi, bros hans lýsa upp andlit hans þegar hann snýr sér að henni.

Hún roðnar án þess að vita hvers vegna og gengur í áttina að honum með hælana smellandi á flísalögðu gólfið.

Handleggur hans verndar axlir hennar þegar hann kynnir hana fyrir stúlkunni við skrifborðið.

"Anne, þetta er litla Susy mín!"

Hún roðnar, réttir sig svo upp og réttir út höndina.

"Hæ, ég heiti reyndar Susan, gaman að hitta þig."

Hann beinir henni með stöðugri hendi á öxlinni til ýmissa deilda og annarra stjórnenda.

Hann kynnir hana sem Susan, sem hún er þakklát fyrir, og sem vill leggja sitt besta fram í þessum heimi mikillar samkeppni.

Hún er nálægt honum allan morguninn og reynir að leggja á minnið margs konar nöfn áður en hann loksins leiðir hana að skrifstofusvítunni sinni.

Hann sýnir henni skrifborðið í forstofunni sem mun vera hans allan þann tíma sem hún er hér.

Hún leggur frá sér veskið og rennur fingrunum létt yfir vel valin húsgögn.

Hún er leidd inn á skrifstofuna hans þar sem hann bendir á glæsileg dökk húsgögn, öll úr leðri og mahóní.

"Og það er þar sem ég vinn."

Hann fer frá hlið hennar í fyrsta skipti og sest við skrifborðið sitt.

Henni finnst hún undarlega einmana þegar hún stendur á þessari stóru skrifstofu fyrir framan hann.

Hann tekur nokkra lykla og heldur áfram að tala:

"Til vinstri, á bak við afgreiðsluherbergið, finnurðu hurð að litlu eldhúsi. Þetta skemmtir viðskiptavinum oft. Ísskápurinn ætti alltaf að vera með það sem er á listanum, auk þess sem það er matseðill. Þú verður að læra að elda alla rétti, ef kokkurinn er ekki til staðar. Ég mun setja það í æfingaprógrammið þitt."

Hann hafði hreyft sig hratt á eftir henni, ýtt henni í átt að hurðinni og opnað hana.

Stóreygð og hrifin af stærð fyrirtækisins og skrifstofum sem hún átti, getur hún ekki annað gert en að kinka kolli heimskulega.

„Svo mun vera."

„Já herra," segir hann og brosir, en alvarleiki röddarinnar hristir hana.

"Já herra ". Hún svarar sjálfkrafa.

Hann tekur í handlegginn á henni, færir sig út úr eldhúsinu og leiðir hana inn í annað svefnherbergi með hurðina á sama vegg.

"Og þetta er einkabaðherbergið mitt, þú mátt nota það, en bara með mínu leyfi, skilurðu Susy?"

Hún kinkar orðalaust kolli aftur við glæsileika þessa baðherbergis, jafnar sig þegar hún finnur hann stífna, stamandi:

"Já herra".

Hann brosir að hlýðni hennar.

„Hann mun nota starfsmannaklósettið niðri í ganginum ef hann þarf og ég er ekki hér."

Hún er fljótari að þessu sinni.

"Já herra".

Hinum megin í herberginu, tvö svipuð svefnherbergi með hurðum sem hann sýnir þér.

„Þetta er einkafundarherbergi," lítur hún snöggt út um leið og hann flýtir henni af stað, „... og hér hvíli ég mig ef ég þarf að gista í bænum.

Herbergið var dimmt og stórt fjögurra pósta rúm og stakir bekkir blasti við í stóra herberginu.

Hann hafði varla tíma til að finna fyrir því áður en hann lokaði hurðinni á honum.

Hann fer með hana aftur að skrifborðinu sínu, kveikir á tölvunni og sýnir henni persónulega skilaboðaþjónustu frá skrifstofu sinni í tölvuna sína sem ætti alltaf að vera kveikt og opin.

Hann er ánægður með viðeigandi „Já" á réttum tímum og náttúrulega tilhneigingu til að vera hjálpsamur og skilur hana eftir á skrifborðinu til að kynnast nýju umhverfi sínu.

Hann reynir athygli hennar með því að senda henni lítil spjallskilaboð og brosir við svörum hennar þegar hún les verkefnin og mismunandi tíma sem þau kvörtuðu við hana við skrifborðið hennar.

HIN RAUNVERULEGA STARF

Hann var þolinmóður og góður þegar hún kynntist nýju starfi hennar innan fyrirtækis hans.

Hann talaði oft við hana í gegnum spjallskjáinn á tímum þegar hún var ekki á fundum, eða utan fyrirtækisins, spurði hana um fjölskyldu sína, vini, hvernig hlutirnir gengi með kærastanum, lét henni líða eins og hún. Þú sérð ást þína og einlægan áhuga á lífi hennar.

Á annasömu fyrstu vikum þjálfunar sinnar gaf hann sér tíma til að ráðfæra sig við hana og laga áætlun hennar ef þörf krefur, og varð leiðbeinandi hennar, vinur hennar og stundum strangur föðurímynd.

Hann grínaðist við hana, spilaði og spjallaði vingjarnlega.

Samtölin urðu smám saman innilegri eftir því sem tíminn leið.

Þeir spiluðu sannleika eða þor oft í tölvunni og í leiknum urðu spurningar þeirra persónulegri og beinskeyttari.

Svo þagði hann meðan hann las síðasta svarið sitt.

Hann hafði búist við að eitthvað þessu líkt myndi gerast en hann bjóst aldrei við því að það myndi gerast.

Hér var hún að leika sannleikann og hér gafst tækifæri til að þora með henni aftur.

Hún valdi alltaf sannleikann ... og hún játaði bara rassgat frá kærastanum sínum og að henni líkaði það.

Þar með ætlaði hann að fara að láta drauminn rætast.

Hún vissi að hún myndi sennilega aldrei leika þetta við hann aftur og dró næstum því á bakið og hélt að hún vildi hætta, eða það sem verra væri, segja einhverjum í fyrirtækinu og síðan fjölskyldu hennar.

Hann varð hins vegar að halda áfram.

Langþráð löngun hans rak hann og hann fór að skrifa.

Hún hafði ekki valið að þora, en hann hélt áfram að skrifa ...

***

"Ég skora á þig að leyfa mér að slá þig, Susy."

Hún starði, gat ekki trúað því sem hún var að lesa.

Hún hafði vaxið nærri honum, dýrkað hann og hvernig hann hugsaði um hana og lét henni líða svo sérstaka, næstum eins og hún væri faðir hennar.

Kannski var hann að grínast með hana aftur og trúði ekki því sem hún hafði sagt honum um stefnumót þeirra kvöldið áður.

Hugur hennar snérist þegar hún hugsaði um hvernig henni hefði liðið að fá rassgatið af kærastanum sínum og hún tróð sér í sætinu þegar hún áttaði sig á því að hún þyrfti að bregðast við.

Hann starði á skjáinn, skilaboðakassinn var auður, í bili, beið eftir svari hans.

***

Hann byrjaði að pirra sig, en sá svo að hún var að skrifa.

Hjarta hans sló hratt og hann varð örvæntingarfullur, áður en hann sá loksins hvað hún var að skrifa.

"Já herra."

Hún skrifaði hratt og hvatti hana til að bregðast við sjálfri sér og heppni sinni:

"Gangið síðan inn á skrifstofuna mína og lokaðu hurðinni. Þegar þú kemur inn á skrifstofuna mína muntu hlýða öllum skipunum mínum, þú munt leggjast í kjöltu mína án þess að tala og þú munt lúta flengingum mínum."

***

Hún blikkaði við svari hans.

Þessi leikur var að verða alvarlegur, en þetta var bara leikur, ekki satt?

Var hann að prófa hana?

Ætti ég að fara aftur?

Þeir voru báðir kvíðin og spenntir af eigin ástæðum, límdir við tölvuskjáinn.

Hún vildi ekki vera sú fyrsta sem bakkaði og lét hann stríða sér.

Hún skrifaði:

"Já herra".

***

"Komdu svo á skrifstofuna mína, Susy, og lokaðu hurðinni."

Það var ekkert svar, en hún hljóp inn á skrifstofuna sína og lokaði hurðinni eins og hrædd kanína, vantrúuð á það sem hún var nýbúin að sætta sig við og hélt að hann væri enn að leika við hana.

Hann sat að því er virtist óhreyfður þegar líkami hans verkjaði eftir henni, sá ótta hennar, ringlun og hita í augum hans sem hélt henni gangandi.

"Hringurinn minn bíður"

Hún tók skref fram á við og hann lyfti hendinni, stoppaði í miðju skrefi.

"Þú samþykktir að hlýða mér inn í þetta herbergi, er það ekki?"

Sýnilega skjálfandi hvíslaði hún:

"Já herra".

Hann benti á jörðina, var að verða uppörvandi og nöldraði,

„Skríðið til mín“.

Hann horfði á tilfinningarnar leika á andliti hennar, tregðu, ótta, ótta, spennu og loks undirgefni.

Hann sleppti andanum sem hann hélt í þegar hann horfði á upphaf draums síns rætast, lítill líkami hennar féll niður á hnén og síðan í hendurnar á honum þegar hún byrjaði að skríða til hans.

Hann fann hann kippast við þegar hann sá hana.

Það var hans loksins, þó ekki væri nema síðdegis í dag.

***

Hún gat ekki trúað því að hún væri að gera þetta, þessi maður sem hún hafði þekkt allt sitt líf ætlaði að slá hana í alvöru.

Leikurinn hafði gengið of langt en af hverju var hann ekki að stoppa hann?

Hún áttar sig á því að hún vildi hann!

Ó Guð, vildi hún hann?

Var eitthvað að henni?

Af hverju leið þetta svona?

Augu hennar lokuðust á sterka líkama hans í stóra stólnum hans þegar hún náði fætur hans og rann eins og snákur sem hún færði í kjöltu hans.

Hann vissi að það var rangt, en hann gat ekki annað.

Án orða, án umræðu, án þess að strjúka henni fyrir að vera góð stelpa, barðist hönd hans harkalega í rassinn á henni og hún tísti.

***

Hann horfði á fallega engilinn sem skreið í áttina að sér, hugur hans fór til myrkustu staða og þurfti að bakka, svo ungur og áhrifamikill að hann gerði sér ekki grein fyrir hvers virði hann var.

Hann notaði allan viljastyrk sinn til að vera óbilandi þegar hún rennur sér upp í kjöltu hans, viss um að hann finnur þessa hörku í maganum á henni þegar hann lyftir pilsinu hennar, afhjúpar bleika þveng, lyftir hendinni og slær hana af öllum mætti.

Þó ekki væri nema fyrir þetta einu sinni sem hann naut þess.

Horfðu á spennta vöðva hennar gára við árás og handprentanir hennar glóa rauðar á hvítri húð hennar.

Hún öskrar og andar:

"Ohhhhh thatooo hurtsleeeeee".

Hún öskrar og snýr fótum sínum sparkandi þegar hann þeytir hana djúpt aftur.

***

Hún missir tökin á rasssköllunum þar sem sársauki fyllir litla líkama hennar og hitar hana upp.

Hún tekur eftir hitanum sem byrjar í litlu kisunni hennar og bleytunni á lærunum þegar hann þeytir hana.

Týnd í hlýju sinni og þarf að öskra, lítil tár streyma um kinnar hennar.

***

Hönd hans dofnar þegar hann þeysir hana harkalega með því að njóta spennu í hörðum vöðvum hennar, öskri hennar og biðja hana um að hætta að slá hann þegar hann málar litla rassinn hennar skærrauðan.

Hann stoppar þegar hann sér hana blauta á milli fótanna á sér, ótrúlega, litli líkaminn hennar kippist við í kjöltu hans.

***

Hugur hennar læstist í krafti þessa manns þegar hún andar og öskrar.

Þegar hann heldur áfram að þeyta hana harðlega og hratt, tekur líkami hennar við þegar hugur hennar svífur, hún finnur fyrir hitanum og innilokinni þörf fyrir of óhæfan kærasta og týnist í tilfinningunni af því að koma, verða erfið og fá fullnægingu. sprautar á lærin á henni með þessum einfalda rassgati.

Hún finnur að hann stoppar og deyr innra með sér.

Skömm hans fyllir hana þegar hún titrar í kjöltu hans, andköf og grátandi.

Hlýjan úr roðanum fyllti andlit hennar, svo vandræðaleg, hvernig gat hún hafa gert það?

***

Hann brosir þegar hann sér andlit hennar sléttast af vandræði, heldur henni á sínum stað, vitandi að þetta er hennar augnablik.

"Í næstu viku munt þú verða þræll minn. Þetta verður konunglegt starf þitt. Þú munt hlýða mér í öllu sem ég býð þér. Þú munt vera í sjónmáli á hverjum tíma og biðja um leyfi mitt til að fara ef nauðsyn krefur, jafnvel þó aðeins til að farðu á klósettið. Ég mun eignast þig og þú munt hlýða mér. Eftir viku munum við tala um þetta aftur."

***

Hún lá í kjöltu hans og fann fyrir fullnægingunni af hýðinu og hlustar á orð hans.

Það er yfirlýsing, ekki spurning.

Hann gerir sér grein fyrir því að hann hefur ekki gefið honum valkosti.

Hún hallar höfðinu af skömm og skalf yfir því sem hún var að gera.

Og hún stynur:

"Já herra"

AÐ SAMÞYKKJA ÁSTANDIÐ

"Þrællinn þinn í viku."

Vikan gat ekki verið slæm þar sem hann hafði alltaf komið fram við hana eins og prinsessu.

Jafnvel eftir erfiðan tíma hennar fyrir nokkrum mínútum og beiðni hennar um algjöra hlýðni í viku, hafði hann tekið hana upp, þurrkað tár hennar og sent hana á sérbaðherbergið til að þrífa.

Hún stóð fyrir framan spegilinn og endurlifði skömm sína, hún var vond stelpa og nú vissi Robert það.

Fjandinn!

Hún beit á vörina og velti því fyrir sér hvort hann myndi halda þessu öllu leyndu á meðan hún lék leik hans.

Vegna þess að þetta var leikur, ekki satt?

Hann kom út af baðherberginu, andlit hans endurspeglaðist ekki lengur af því sem hafði gerst þar sem rauði rassinn hans var eina ytri sönnunin um það.

Hún gekk í áttina að honum og fann að andlit hennar roðnaði aftur og hann rétti henni með bleytu þvengunni sinni.

"Allt í lagi, svo gott. Hins vegar eigum við bæði fólk sem við elskum, og þetta var, ummm, gaman, en ég vil ekki að hvorugt þeirra viti ..."

Þegar hann sá djúpan kinnroða og heyrði sjálfsásakanirnar í rödd hennar, truflaði hann hana með því að ýta á forskot hennar:

"Að þú leyfðir mér að slá þig þangað til þú fékkst fullnægingu? Að þú hafir samþykkt að þræla fyrir mig í ekki minna en viku? Elsku Susy mín, þú ert mjög óþekk kelling!"

Hann horfði á hana fölna við síðasta orðið þar til hann lækkaði höfuðið til að horfa niður á fætur sér.

Fyrir framan sig lyfti hún hökunni, hélt bleiku þvengunni fyrir framan sig og hann brosti.

"Skilstu að ég vil ekki meiða fjölskyldur okkar heldur. En héðan í frá munt þú kalla mig meistara þegar við erum ein. Ég, elsku elskan mín, er meistari og sem slíkur þarf ég þræl. Ein vika hér í vinnunni og í lok vikunnar munum við tala aftur og sjáum hvernig við höldum áfram þaðan."

Þar með stakk hann þvengunni í vasa sinn og sneri aftur að skrifborðinu sínu.

Hann lyfti umslagi til hennar og mætti spyrjandi augum hennar.

"Þetta er listi yfir þær reglur sem þú verður að fylgja í vikunni. Þú getur farið heim núna og kynnt þér það þar. Komdu snemma á morgun, það er mikið að gera hjá okkur. Við sjáumst klukkan sjö í fyrramálið."

Hann stóð upp og kyssti kinn hennar blíðlega, hann yfirgaf skrifstofuna og endaði daginn.

Þegar hann nálgaðist að kyssa hann heyrði hann hann hvísla: "Já, meistari", sem fékk hann til að brosa breitt.

REGLURNAR

Um kvöldið lá hann í rúminu og las leiðbeiningar sínar fyrir vikuna og hristi höfuðið.

Það var mjög óþægilegt, en einhverra hluta vegna gat hún bara ekki sagt nei.

En ég hefði átt að segja nei.

Hann hafði rétt fyrir sér, hún var hóra.

Hún hafði viljað finna hann slá hana.

Kærastinn hennar var ljúfur en hann gat aldrei slegið hana eins og Robert hafði gert.

Hún hafði fundið harðan hanann hans þrýsta á magann, andlega miðað við stærð hans og lögun.

Kærastinn hennar fölnaði í samanburði við ímyndunaraflið.

Hún sofnaði við að rifja upp rassingarnar og hugsa um vikuna framundan, höndin hennar föst á milli fótanna og fékk aðra fullnægingu dagsins.

***

Vaknaði snemma til að fara í sturtu.

Hann rakaði allt eins og reglurnar segja til um og klæddi sig vandlega.

Hár hennar var bundið í vel gerðan hestahala.

Og hún klæddi sig í úlpu undir blússunni sinni í stað brjóstahaldara, þakklát fyrir litlu brjóstin sín og smeygði nærbuxunum undir stutta pilsbúninginn.

Með förðun á samkvæmt leiðbeiningum, greip hún veskið sitt og hljóp út um dyrnar rétt í tæka tíð til að ná snemma rútunni í vinnuna.

Skortur á venjulegri morgunumferð svo snemma gerði það að verkum að byggingin virtist undarlega mannlaus þegar hún kom, hugsaði hún þegar hún fór upp í lyftuna.

Þegar hún kom inn í þöglu skrifstofuna var hún undrandi að sjá ljósin kveikt og að hann væri þegar þar.

Hann færði sig að skrifborðinu sínu og sendi í skyndi „Góðan daginn, meistari" til að láta hann vita af komu sinni.

***

Hann leit á úrið sitt og brosti.

Rétt í tíma.

Hann hafði eytt nóttinni í að skipuleggja vikuna framundan.

Verðlaunin fyrir uppsafnað ár sem hann þurfti að eignast þessa fallegu stúlku sem var svo heltekinn af honum.

Hann þurfti á henni að halda til að sætta sig við nýja hlutverkið, þræla líkama hennar og sál og hún hafði aðeins viku til þess.

Hann hafði skipulagt alla nóttina áður en hann ákvað næstu ferð sína.

Brosandi skrifaði hann:

"Góð stelpa, þú ert kominn á réttum tíma. Komdu á skrifstofuna mína, lokaðu hurðinni og klæddu þig úr. Farðu svo í miðju herbergisins og bíddu þar."

***

"Já meistari."

Hjartað sló, gekk hún inn á skrifstofuna sína og lokaði hurðinni á eftir sér.

Hún fann hvernig augu hans fylgdust með henni, sneri sér við og tók skref fram á við.

Hægt og rólega fjarlægði hún hvert fatnað sem hún var í og lagði það á gólfið við hlið sér.

Að lokum, nakin, setti hún sig á mjúka teppið, í miðju herberginu, til að vera upp á miskunn hans, þræl sinn.

Hún horfði á hann þegar hann stóð upp og færði sig frá skrifborðinu sínu.

Hann sveimaði í kringum hana á meðan hann horfði á hana, frá toppi til táar, hvern tommu af húðinni, ekki snerta hana, heldur svo nálægt að hún fann fyrir hitanum í líkama hans á gæsahúð hennar.

Skyndilega sneri hann aftur að skrifborðinu sínu, sagði henni að klæða sig og fara í vinnuna, og hætti henni að fylgjast með til að halda áfram vinnu sinni.

***

Hann gat séð rugl hennar og vonbrigði þegar hún klæddi sig og sneri aftur að skrifborðinu sínu.

Hann vissi að hún var tilbúin að gera hvað sem hann ákvað, að hlýða vilja hans og meira til, að niðurlæging hans og skömm lét hana leika sinn leik, en hann vildi ekki ýta of fast.

Hann þurfti að hún vildi meira, þyrfti meira.

Hann sneri sér við til að horfa á æfingaráætlunina sína á skrifborðinu sínu.

Matreiðslukennsla hans gekk vel.

Fólkinu í fyrirtækinu virtist líka vel við það.

Hann sló á hökuna á sér þegar hann hélt að ef til vill væri fljótlega í loftinu að panta henni kvöldverð með nokkrum vinum frá klúbbnum.

Hann sat við skrifborðið sitt með huga sinn að muna eftir rassingunum sem hann veitti henni, haninn hans bólgnaði af því, hönd hans sem strísti á móti henni fann fyrir örvuninni, sá hana nakta og svo fúslega hlýðna að það fékk hann næstum til að gleyma áætlunum sínum, girnd sinni og þörf. að drottna yfir stelpunni.

Sendi spjallskilaboð:

"Ertu að fróa þér, Susy?"

Hann beið á meðan spjallskilaboðin birtust á skrifborðinu hans.

Hann gæti ímyndað sér að hún væri að fikta sig, þrýsti kútinn á hana við spurninguna, en hún hafði þegar játað svo miklu meira í leikjum þeirra.

"Já, meistari, oft."

Hann skrifaði eftirfarandi skilaboð og valdi eftirfarandi orð vandlega, og vildi ekki aðeins leika við hana heldur vekja hann til umhugsunar:

"Getur verið að þessi ungi maður, sem þú sérð ekki mikið, fullnægi þér ekki nógu mikið, litla kelling? Kannski mun þessi vika hjálpa þér að vera sáttur."

Þar með lauk hann samtalinu.

***

Við skrifborðið hennar var hún agndofa yfir svarinu og skyndilega lokun samtalsins, en hún var skilin eftir að hugsa um orð hans.

Seinna, upptekin af vinnu sinni, áttaði hún sig ekki á því að hann hafði komist á bak við hana fyrr en hönd hans krullaðist upp á öxl hennar og hvíldi á hægra brjósti hennar.

Hann hallaði sér niður til að hvísla í eyra hennar:

„Ég er bara að horfa á litlu tíkina mína vinna hörðum höndum.

Hann strjúkaði yfir hertu geirvörtunni og hlustaði á öndun hennar hraða og brosti.

Hann tók svo hönd hennar og yfirgaf skrifstofu sína áður en hann sneri sér að henni:

"Veistu, Susy, þetta verður mjög ánægjuleg vika."

***

Hann hélt henni taugaveikladri allan daginn með litlum straumum og litlum brandara sem fengu hana alltaf til að vilja meira fyrir ómeðvitaðar hreyfingar hans og hún roðnaði meira og meira.

Hann var ánægður með að hafa vakið þörf sína allan daginn og vildi meira.

Sendiboðinn flökti á skrifborðinu sínu.

"Áður en þú ferð í dag, litla kelling, muntu mæta við skrifborðið mitt og biðja um leyfi til að yfirgefa þjónustu mína í dag."

***

"Já meistari." Hann vélritaði og flýtti sér að klára það sem hann var að gera og redda skrifborðinu sínu.

Hún var svolítið spennt.

Hann hafði strítt henni allan daginn, nærbuxurnar hennar voru blautar og klístraðar og hún trúði ekki að henni fyndist svona heitt.

Hún roðnaði þegar hún vissi að hún var litla tíkin sem hann kallaði hana, en hún virtist ekki geta hjálpað sér.

Hún stóð upp og gekk inn á skrifstofuna hans, lokaði hurðinni og beið eftir að hann kæmi henni nær.

Þetta var svona í nokkrar mínútur, þótt það virtist miklu lengur.

Þetta gerði hana taugaveikladari þar til hann horfði á hana og benti á stað á gólfinu við hlið skrifborðsins hennar.

"Hérna, Susy."

Hún flaug næstum á staðinn og vildi vera nálægt honum aftur.

Þegar hún sá brosið lýsa upp andlit hennar vegna hungrsins, fyllti roðinn aftur andlit hennar.

„Áður en ég fer er eitt í viðbót sem ég þarf að meta." Hann sá hana titra aðeins þegar hún tók í sig orð hans. "Vertu góð hóra og hallaðu þér yfir skrifborðið fyrir framan mig, Susy."

Þegar hann sá misskilningssvipinn á henni beið hann ekki eftir að hún hreyfði sig, heldur stóð upp, tók í handlegg hennar og þrýsti henni að halla sér að skrifborðinu, fætur hennar snertu varla gólfið.

Hann rak hendurnar upp á lærin á henni og dreifði þeim víða, smellti tungunni fast.

"Litla tíkin mín Susy, hvað hefurðu verið að gera í dag til að bleyta þetta svona?"

Þegar hann heyrði litla grátinn hennar og sá djúpa roðann, brosti hann að viðbrögðum hennar.

Hann hefði auðveldlega getað kennt stöðugum leikjum hennar um örvun hennar, en hún þagði, skammaðist sín fyrir að hafa kallað hana hóru.

Hann strauk fingrunum yfir blautu bómullarnærunum og hélt áfram.

"Hvað eigum við að gera við svona blauta druslu?"

Hann krækti fingurna í nærbuxurnar hennar, strauk blautri raufinni hennar, horfði á hana tuðra og anda eftir öllum leikjunum sem hann lagði hana í um daginn.

Hann greip um snípinn hennar á milli þumalfingurs og vísifingurs, kreisti hægt, og urraði:

"Svaraðu mér, litla kelling!"

Þegar hann heyrði hana stynja upphátt og sá hana titra, brosti hann aftur.

Þrýst að skrifborðinu hennar dreifðust lærin á henni.

Hún fann niðurlægingu hans yfir orðum hans fylla andlit hennar litum, sem gerði hana blautari.

Fjörugar hendur hans og fingur héldu henni kvíðin allan daginn, lítill líkami hennar krefjandi og þurfti snertingu hans.

Nú þegar fingur hans voru að strjúka yfir kisu hennar gerði það að verkum að mjaðmir hennar hreyfðust ómeðvitað.

Augu hans stækkuðu þegar fingur hans gripu og kreistu snípinn hennar og hún stundi hátt:

"Já, meistari, ég meina, enginn meistari, ó, Guð!"

„Þú veist hvað þú átt að gera!" Hún öskraði þegar hann sló hana harkalega í rassinn.

Hann hélt áfram að kreista og olli sársauka í litlum líkama hennar þegar hún öskraði aftur.

Augu hans fylltust tárum þegar hann sló hana aftur og krafðist svara:

"Helgi, meistari!"

Hún fann snípinn kippast þegar hann sló litla rassinn á henni aftur.

Hún bognaði af sársauka, tárin streymdu niður andlit hennar, hún fékk fullnægingu, öskraði úr sársauka sínum og þörf.

Hann dró höndina til baka og horfði á hóruna, svo fegin að hún var næstum því að biðja hann.

Hann lyfti henni upp, kyssti tárvot andlit hennar, þegar hún hristist stjórnlaust í fangið á honum, nuddaði bakið á henni og hughreysti hana.

Hann gekk með hana inn á klósettið.

"Láttu förðunina þína litla tíkina mína, við viljum ekki að fólk haldi að við séum hér að leika eitthvað."

Hann sá hana horfa á breitt, stríðnislegt brosið sitt þegar hún roðnaði djúpt og lækkaði höfuðið.

***

Þegar hún beygði sig niður til að þvo og laga andlitið, mundi hún hvernig það var þegar hann var að snerta hana.

Hin augljósa hörku undir buxunum hans.

Hugur hennar reikar með myndum af því hvernig hani hans hlýtur að vera.

Hún skalf.

***

"Þar sem þú ert svo óþægileg stelpa, en þú ert með englaandlit, muntu vera í blautum nærbuxum, Susy, láttu fólk velta því fyrir sér hvort engillinn sé eins saklaus og hann virðist!" Hann gleðst yfir skjálfandi svipnum á andliti hennar. "Á morgun eftir að þú fórst í sturtu vil ég að þú veljir uppáhalds nærbuxurnar þínar og setjir þær yfir litlu kisuna." Hugur hans leiftraði minningunni um þetta, nýrakaða kisuna hennar frá skoðun hans um morguninn. "Þannig að ég vil að þú fróar þér upp að barmi fullnægingar og hættir svo, klárir þig og ferð í vinnuna. Um leið og þú kemur, komdu á skrifstofuna mína."

Augu hans stækkuðu, hjartað byrjaði að slá ákaft.

Það sem hann var að biðja um var dálítið svívirðilegt, en kisan hennar herðist og hún fann að hún dropaði enn meira.

Með skjálfandi rödd svaraði hún „Já, meistari".

Hann horfði á hana með stingandi augum sem lét hana roðna meira.

Hönd hans fór um hana til að snerta blauta, bómullarklædda kisu hennar.

Hvíslaði svo í eyrað á honum með ógnvekjandi urri:

"Og ekki stunda kynlíf með athyglislausum kærastanum þínum í þessari viku, Susy. Þú ert minn í þessari viku. Skilurðu?"

Andlit hans lýsti ljómandi vel þegar hann hvíslaði: "Já, meistari."

***

Um nóttina svaf hún af og til.

Draumar hennar fylltust af honum, líkami hans var svo æstur að hann virtist stöðugt blautur og þurfandi.

Hún íhugaði að hringja í kærastann sinn.

Hvernig gat meistarinn komist að því hvort hann gerði það?

Hún vissi innst inni að það myndi valda henni svekkju og sektarkennd, svo hún gróf höfuðið í koddann og reyndi að fara að sofa aftur.

***

Morguninn eftir, eftir langan undirbúning, fór hann í vinnuna, fóteirralaus á ferðalögum.

Hann leit í kringum sig til að sjá hvort fólk gæti fundið fyrir örvun hans, geirvörturnar harðnuðu stöðugt af þörf hans til að ávaxta og lét litla hnappinn hans pirra hann.

***

Hún fór beint á skrifstofu sína við komuna.

Hann var í síma við einhvern og þegar augu hans beindust að henni kom bros.

Hann tók upp penna og skrifaði „afklæðast" á skrifblokkina við hlið sér.

Hann sneri blaðinu að henni og benti á staðinn fyrir framan stólinn hennar á milli útbreiddra fóta hennar.

Fætur hennar titruðu þegar hún gekk hlýðnislega um stóra skrifborðið og fór að afklæðast.

Hann huldi munnstykkið með hendinni og hvíslaði:

„Hægt og rólega er þetta ekki læknispróf"

Hann blikkaði hana og hún roðnaði og kinkaði kolli og skildi að hann ætti að klæða sig af munúðarfullari hætti.

Þetta gerði hann og að lokum heyrði hann hann segja:

"Fyrirgefðu Harry, ég verð að fara frá þér núna. Ég hringi í þig seinna, einhver krefst athygli minnar."

Hann brosti til hennar og lagði símann á.

Hann skoðaði hana á gagnrýninn hátt, renndi fingri niður innra læri hennar til að finna bleytu hennar, hallaði sér svo aftur á bak og strauk tungu sinni yfir blautan fingur hennar.

"Snúðu þér við og beygðu þig yfir skrifborðið litla tíkin þín, og með útbreiddan fæturna."

Hún sneri sér við og snéri sér við og sýndi honum litla þrönga rassinn sinn.

Þegar hún horfði á litla oddinn á efninu sem spratt út úr fituvörunum hennar, klípti hann í hann og, freistandi, byrjaði hann hægt og rólega að toga.

Stóreygður og næstum vatnsmikill úr hringiðu tilfinninga og tilfinninga, hreyfði hann nærbuxurnar hennar og horfði á kisuna drjúpa enn meira þegar hún lyfti þeim.

Þegar klútaröndin kom inn í raufina hennar, togaði hann fast og horfði á andlit hennar í spegilmynd gluggans þegar hún beit í vörina og stundi.

Hann sló á berum botni hennar og sagði henni að standa upp og horfði á hana gagnrýnum augum þegar hún réttaði úr sér og sneri sér að honum.

Eftir skoðun sína sló hann hana enn einu sinni í rassinn og skipaði henni að laga fötin sín, fara í gegnblautar nærbuxurnar og fara aftur í vinnuna.

Roðinn og undrandi svipurinn á andliti hennar gladdi hann mjög.

Svo sneri hún baki í hann og tók upp símann til að halda áfram fyrri samræðum þeirra, augu hennar beindust að spegilmynd hennar í skilrúmum skrifstofunnar.

"Ójá." Hann hugsaði með sjálfum sér: "Þetta verður mjög ánægjuleg vika. Og ef áætlun mín gengur eftir verður hún miklu, miklu lengri en vika ..."

FUNDUR MEÐ STJÓRA

Hann sneri aftur að skrifborðinu sínu, andlit hans rautt af vandræði og vandræði.

Honum hafði ekki einu sinni dottið í hug að segja nei og hætta leiknum.

Hann sat í langar mínútur og velti því fyrir sér hvað gæti gerst ef hann gerði það.

Guð, hugsaði hún. „Myndi ég reka hana og útskýra fyrir fjölskyldu hennar hvers vegna eða segja þeim að hún yrði að gera það vegna þess að hún væri svo óþekk?

„Kannski," hugsaði hún. „Hún gat farið til föður síns og sagt honum hvað þessi maður fékk hana til að gera, en hún varð þunglynd þegar hún áttaði sig á því að hann hafði í rauninni ekki gert neitt sem hún hafði ekki samþykkt eða beðið um og hún gat ekki sagt föður sínum það.

Hún brosti þegar hún hugsaði um ástríkan föður sinn.

Hún var ljúfi engillinn hans og hún þoldi ekki að valda honum vonbrigðum með sannleikann, að hún væri lítil níkja eins og meistari Róbert kallaði hana.

Hún var týnd í draumóra sínum og sá ekki blikkandi spjallskilaboðin fyrr en það var of seint.

Önnur og þriðja skilaboð birtust "HÉR NÚNA!"

Hún heyrði næstum hann öskra þegar hún hoppaði og skalf af eftirvæntingu.

Hún svaraði engu, en hljóp inn á skrifstofuna sína og stoppaði rétt við dyrnar.

Þegar hann kom inn, og án þess að tala, benti hann henni að loka hurðinni og benti á stað fyrir framan skrifborðið sitt.

Hún gekk hægt að staðnum og stóð eftirvæntingarfull þegar hann lauk við að skrifa glósur í tölvuna sína.

Hann horfði á hana vonsvikinn og hristi höfuðið.

Þögn hans gerði hana taugaveiklaðari og hann stóð upp og elti hana, dró pilsið hennar upp, afhjúpaði enn blautar nærbuxurnar hennar og sló hart í rassinn.

Hann hafði gaman af hlátri hennar, sneri henni við og kreisti höku hennar harkalega til þess að hún horfði í augu hans.

Hann hallaði sér upp að andliti hennar og urraði: "Ég, Susan, er meistari þinn! Þú, stelpan mín, ert þræll mín og athyglisleysi þitt fær mig til að trúa því að þú þurfir að muna það."

Hann horfði á hvernig augu hennar villtust frá honum.

"Horfðu á mig!" Hann urraði í andlit hennar og naut andvarps hennar þegar augu hennar hófust til hans.

Hún leit upp til hans og byrjaði að stama afsökunarbeiðni, en hann þrýsti hönd sinni fast að höku hennar sem þagði í henni þegar augu hennar fylltust tárum.

Hún leit svo fallega viðkvæm út að haninn hans kipptist til.

„Þú verður auðvitað að fá refsingu, en ég held að þú hefðir gaman af því að fá annan rass, er það ekki, litla tíkin mín?

Hann horfði ánægður með, vandræði hans skolaðist yfir andlit hans þegar dökk augu hans horfðu upp til hennar.

„Ég er að bíða eftir einum af stjórnendum og ég hef ekki tíma til að takast á við óhlýðni þína núna," sendir hún hana í hornið á skrifstofunni á bak við skrifborðið sitt, hún hélt áfram, „Stattu í horninu eins og óþekk stelpan. að þú ert, meðan ég hitti Alan."

Hann fann að hún stífnaði og sá að hendur hennar fóru að renna niður pilsið hennar, en hann sló hana harkalega í rassinn og skildi eftir sig rauðan og heitan svip.

"Láttu pilsið eins og það er. Krossaðu handleggina fyrir framan þig ef þú getur ekki einu sinni fylgt þessari einföldu leiðbeiningum."

Hann heyrði hana stynja og kafna grát, og með bros sem létti á andliti hennar sneri hún aftur að skrifborðinu sínu.

Hún fölnaði líkamlega þegar hún heyrði hann hækka rödd sína og hrópa:

"Komdu inn Alan. Mér þykir það leitt að aðstoðarmaður minn var ekki þarna til að hleypa þér inn."

Hann heyrði djúpa rödd hlæja þegar Alan kom inn.

"Ekkert mál, Robert. Ég sé að þú hefur verið að gera upp hér. Mjög fallegt verð ég að segja, og þessi rauða snerting sem þú hefur bætt við, ótrúlegt!"

Hugur hans hljóp:

"Var hann að tala um hana? Örugglega ekki"

En hún gat ekki annað en bjartur kinnaroði kom á kinnar hennar þegar hún leit út um næsta glugga.

Hún reyndi að vera kyrr og verða ekki pirruð í þeirri von að hún myndi hverfa í bakgrunninn á meðan þau ræddu um einhvern skjólstæðing eða eitthvað annað.

Loks lauk fundinum og Alan fór glaður:

"Ég held að ég gæti skreytt skrifstofuna mína á svipaðan hátt, Róbert, en kannski með norrænu þema."

Hann gaf Róberti svívirðilega blikk og bætti við:

"Ég verð brjálaður þegar ég sé sveigða ljósa. Kannski er kominn tími til að gera Anne að persónulegum aðstoðarmanni mínum."

Hann hló upphátt þegar hann fór og hún hrökk við að innan.

NÝJA LEIKFANGIÐ

Hann lét hana standa þarna í hálftíma í viðbót á meðan hann fyllti út skýrslur í tölvunni áður en hann loks hringdi í hana að koma til sín.

"Ég vona að ég þurfi ekki að refsa þér aftur, litli þræll, og til að hjálpa þér að gefa gaum er ég með gjöf handa þér."

Hann opnaði skúffu í skrifborðinu sínu, tók fram lítinn heitbleikan strokk og horfði á hana um leið og hún horfði forvitin á hann.

„Hún er virkilega svo saklaus," hugsaði hann með sjálfum sér og brosti um leið og hann benti henni að fara inn á sérbaðherbergið og stinga nýja leikfanginu í kisuna hennar eins og tampon.

Hann elskaði hvernig tilfinningar léku um andlit hennar, roðnaði heillandi þegar hugur hennar barðist gegn undirgefni hennar við hann.

"NÚNA, þræll!"

Hún tók litla hlutinn úr hendi hans og gekk hægt inn á baðherbergið og sneri sér til að loka hurðinni.

En hún sá hann halla sér út og horfa á hana.

"Ég þarf að pissa fyrst, vinsamlegast meistari." Hún stamaði.

"Farðu á undan litli þræll, ég mun ekki stoppa þig." Hann bakkaði aðeins, en hreyfði sig ekki frá hurðinni til að halda henni opinni.

Hann stífnaði þegar hann heyrði hana andvarpa hátt.

Hún virtist ekki taka eftir því þegar hún dró niður nærbuxurnar til að pissa og stakk leikfanginu í.

Hún stóð upp og dró röku nærbuxurnar aftur á sinn stað.

Og þegar hendur hennar voru búnar að lækka pilsið hennar heyrði hún hann smella tungunni.

Hún leit upp og sá hann hrista höfuðið.

Hún skildi pilsið sitt eftir þétt um mittið, lauk við að þvo hendurnar og fylgdi honum að skrifborðinu hans.

Hún sá að hann kinkaði kolli til hennar og velti því fyrir sér hvað hún hefði getað gert til að styggja hann núna.

"Susan, þetta er kennsludagur fyrir þig, held ég."

Hann þagði um stund og lét hana íhuga orð sín.

"Þrælar andvarpa ekki fyrir húsbændum sínum! Skilurðu? Þetta er einfalt, já meistari, því eins og þú ert þræll minn muntu hlýða mér!" augu hans lokuðust við hennar þegar hann útskýrði síðasta brot sitt.

Hann horfði á hryllinginn og vandræðuna fara yfir andlit hennar, tennurnar nístu aftur yndislega í neðri vörina.

Stundum er það eins og að refsa lítilli stúlku, hugsaði hún.

Með stór augu kinkaði hún kolli og jafnaði sig nógu mikið til að hvísla: „Já, meistari" þegar hún sá hann harðna enn frekar af reiði.

Hún var hrædd núna, því augljós reiði hennar staðfesti fyrir henni að þetta væri ekki lengur leikur.

Staðfestingin sló hana eins og högg í andlitið sem nánast ruggaði henni aftur á hæla hennar með krafti nýfundinnar meðvitundar hennar.

Hún vissi að hún var komin of langt, gert of mikið, látið hann gera of mikið við sig, til að geta nú bakkað eða beðið hann um að hætta.

Hvert slíkt orð hefði dáið í hálsi hans.

Eftir mínútna þögn byrjaði hún að gráta og sneri sér við til að ganga í burtu.

Hann sá hana brotna, átta sig á fyrirætlunum sínum skolast yfir hana.

Þetta var hans tími til að byrja að gera hana sannarlega sína.

Hann varð að hreyfa sig hratt áður en hún skelfdist og hljóp alveg frá honum.

Hann teygði sig leifturhraða og greip í handlegg hennar áður en hún gat hlaupið.

Hún hélt fjarstýringu upp að augunum og ýtti á takkann til að hefja lágan suð í kisunni sinni.

Hún hristi til og gaf frá sér styn og leit upp til hans.

Með djúpri röddu sagði hann:

"Já, litla drusla, ég stjórna þessu nýja leikfangi í kútnum þínum alveg eins og ég stjórna þér. Ég er meistari þinn."

Hann horfði í óttaslegin augu hennar þegar hann strauk um rassinn hennar.

Leikfangið suðaði á meiri hraða.

Öndun hennar fór að aukast með spennutilfinningu.

Hann hallaði sér niður til að hvísla í eyra hennar:

"Þér finnst gaman að vera hóran mín, er það ekki, Susy?"

Hann færði sig enn nær og dró hana nær sér um leið og hann hélt áfram:

„Án þess að þurfa að fela hversu óþekkur þú ert og tilfinningarnar í þessari þröngu litlu kisu sem leikfangið skilur eftir fyrir þig þegar þú ert hjá mér, þá veistu að þér var ætlað að þjóna mér.

Þar með sló hann harkalega á rassinn á henni og hitaði hann með handprenti sínu.

Þegar hann horfði á hana naga sig í vör gat hann séð tilfinningarnar leika yfir svipmikið andlit hennar þegar það fylltist af litum.

"Þú getur verið þú sjálfur með mér, Susy. Ég elska allt sem þú ert og allt sem þú getur og verður mér."

Hún fann hvernig hitinn fór af henni, skömm og ótta í bland við vaxandi kynhungrið sem birtist í grænum augum hennar vegna æsingar leikfangsins í kisunni.

Þetta var hægt, vísvitandi orðaval, sem lét þau ráðast inn í huga hennar þegar hún glímdi við að átta sig á því að þetta yrði aldrei leikur fyrir hann aftur.

Hann talaði til að fylla höfuð hennar óþreytandi af löngunum sínum.

"Ég hef þekkt þig næstum alla þína ævi. Alltaf svo ljúfur, svo saklaus og svo hlýðinn að ég vissi að þú værir fæddur til að vera þræll, litla níkin mín. Þú þarft meistara sem veitir þér þá ánægju og sársauka sem þú þráir."

Hann hélt rödd sinni mjúkum, lágum kurr í eyra hennar, en með strangan, skipandi brún við orð sín.

"Þú getur treyst mér, Susy, ég mun sjá um þig og halda þér öruggum á meðan ég fæða þrá þína og langanir."

Hann skartaði þessu með annarri smellu í rauða rassinn á sér.

"Það eina sem ég bið litla þrælinn er að þú þjónar mér og hlýðir mér vel. Ég er meistari þinn, Susy. Og þú, litla refur, ert þrællinn sem ég þrái."

Hún var andvaka núna, líkaminn skalf sýnilega af spenningi þegar hann virkjaði leikfangið aðeins harðar og lamdi hana aftur í rassinn.

"Ég mun eiga og sjá um þig sem mína dýrmætustu eign. Sem meistari þinn mun ég þjálfa þig í að þóknast mér og refsa þér þegar þú gerir það ekki."

Hönd hans skall aftur í rassinn á henni.

Hún breiddi fæturna aðeins breiðari, hélt henni varla uppréttri þar sem hann gaf henni það sem hún þurfti.

Rétt eins og hann vildi drottna yfir henni, þurfti hún kröfur hans um stjórn yfir henni.

Hún gat séð og fundið hversu heitt hann varð í hvert sinn sem hún hlýddi sífellt frávísandi skipunum hans, jafnvel núna þegar hann horfði í augu hennar með tár.

"Þú verður að treysta og hlýða meistara þínum, Susy." Hann sló rassinn á henni aftur og urraði lágt: "Komdu að mér, litla drusla mín. Hlýðdu mér og komdu fyrir meistara þinn, þræll."

Hann setti fótinn sinn á milli hennar þegar hún sneri mjöðmunum, lét hana mala blauta, dunandi kisuna sína á sig og horfði á höfuðið halla aftur til að stynja.

Hann vafði handleggjum sínum um litla líkama hennar og dró hana að sér þegar hún byrjaði að titra og skjálfa, tók hana upp, bar hana að uppstoppuðum stól og sat með hana í kjöltu sér og lét suðið innra með sér hverfa hægt og rólega.

Á þeirri stundu þráði hún ekkert heitar en að þóknast honum, hlýða honum, láta hlúa að honum og vera dýrmæt.

Hún sat í kjöltu hans í langan tíma fann hann strjúka henni, strauk um hárið og bakið um leið og hún róaðist.

Hún gat ekki sagt hvað henni fannst og hugsaði í gegnum allt sem hún hafði sagt og gert.

Í því sem hún hafði gert og látið hann gera við sig síðustu þrjá daga, í orðum hans um traust og umhyggju, ánægju og sársauka sem hann veitti henni.

Meðvitundarlaus hnykkti hún og beit í vörina aftur.

Roði hennar fyllti andlit hennar, vandræði hennar og niðurlæging tóku yfir allar aðrar tilfinningar.

Hún var samt svolítið hrædd við reiði hans og hvað þessi meinti leikur þýddi í raun fyrir hana, en hún fann líka ást hans til hennar.

Hann var næstum eins og föðurímynd, strangur og strangur en kærleiksríkur þar sem hún vöggaði sig svona í fanginu á honum.

Var það rangt af henni að hugsa svona um hann miðað við hvað hann hafði gert og láta hann halda áfram að gera það við hana?

Hann þáði ekki aðeins uppátæki þeirra heldur hvatti þá.

Það hafði fengið hana til að öskra á fullnægingu, en hún hafði ekki leitað hennar.

Hugur hans snerist við það sem honum leið.

Hún fann að hún vildi gera þetta fyrir hann, sú sterka þörf sem hún hafði fundið fyrir að flýja frá honum ýtt aftan í huga hennar kom í staðin á þessari stundu fyrir löngun til að þóknast honum þegar hún velti fyrir sér orðum hans, umhyggju, trausti og ást.

Hún ímyndaði sér hvernig það væri að vera helvíti af honum og fyllt með ásamt hans og hún hlykktist í fanginu á honum og þrýsti á sterkan harðan líkama hans.

Hann sat með hana kúrað í kjöltu hans og horfði á andlit hennar vitandi að hún var að íhuga allt sem hann hafði sagt henni þegar hann mataði vaxandi masókískar þarfir hennar.

Hann brosti þegar hann horfði á hana bíta í vörina og roðna.

Hann þurfti að eignast þessa fallegu litlu stúlku, líkama og sál, til að fá hana til að bera sársauka hans meira og þjást fyrir hann, en hann þurfti að hún kæmi fúslega til hans.

Hugsanir hans urðu dekkri og það þurfti allan viljastyrk hans til að henda ekki áætlun sinni og taka líkama hennar strax til að eignast hana og þvinga hana til þjónustu hans.

Hún ákvað að hún yrði að fara að finna eina af druslu fyrirtækisins til að vinna úr gremju sinni áður en hún missti ásetninginn.

Hann sló létt á rassinn á henni og vakti hana:

"Litla kelling, þú hefur verið gagnslaus persónulegur aðstoðarmaður í morgun, svo farðu aftur að skrifborðinu þínu og haltu áfram að vinna. Ég hringi í þig ef ég þarf á þér að halda."

Hann brosti þegar leikfangið suðaði stuttlega og fékk hana til að anda og skilja merkingu þess allt of greinilega.

Hann hjálpaði henni upp úr kjöltu sér, brosandi um leið og hann tók upp ósnortið augnaráð hennar og gljáandi blaut lærin.

"Þú getur notað baðherbergið mitt til að þrífa þig, litla drusla, en láttu leikfangið vera þar sem það er." Hann brosti þegar hún andvarpaði og horfði stutt á hann.

"Ef ég elska."

Þegar hún flýtti sér inn á klósettið og horfði á sjálfa sig í speglinum, velti hún fyrir sér hvort hún myndi einhvern tíma hætta að roðna þegar hún væri hjá honum.

Hún lagaði förðunina í skyndi og þurrkaði burt vísbendingar um ánægjuna sem hann veitti henni, hún hrökk við þegar hún sneri sér við og sá rauða rassinn sinn.

Þegar hún fór út úr baðherberginu sá hún að hann var farinn án þess að segja orð og fór aftur að skrifborðinu sínu og fannst hún undarlega ein án stöðugrar nærveru hans.

FYRIR FYRIR AÐRA

Nokkrum tímum síðar fann hún að leikfangið byrjaði aftur að raula augnabliki áður en hann kom aftur og horfði afslappaður út og brosti skært til hennar.

Hann skilaði brosinu á andlit hennar við að sjá hann, færði sig á bak við hana og horfði yfir öxlina á tölvuna hennar og lagði báðar hendur á brjóstunum hennar og kreisti þær þar til hún stynnaði mjúklega.

"Að vinna hörðum höndum litla þrællinn minn?"

Áður en hann gat svarað horfði hann á Alan sýna sig með Anne, ljóshærðu sprengjuna úr afgreiðslunni, sér við hlið.

„Góðan daginn, herra Clarkson,“ brosti Susan og reyndi að hunsa þá staðreynd að hendur meistara hennar voru enn að hnoða brjóstin á henni, þó roðinn sem huldi andlit hennar talaði sínu máli.

"Susan elskan, ég saknaði þín í morgun, ég vona að þú hafir ekki átt í neinum vandræðum."

Alan Clarkson, sem virtist alltaf hress, blikkaði og hló:

„Anne er persónulegur aðstoðarmaður minn núna og ég þarf að fá hana til að versla nokkra hluti svo ég geti þjálfað hana almennilega í öllu því sem nýja hlutverkið hennar hefur í för með sér.“

Hún brosti til Susan.

"Róbert vill líka eitthvað handa þér, heppna stelpa, en við þurfum að vita nokkrar stærðir og mælingar. Þó að eftir því sem ég sé þá hefur þjálfun þín verið mjög hagnýt."

Hann hló góðlátlega og horfði á þegar hendur meistara síns huldu enn litlu brjóstunum hennar.

„Við skulum fara á skrifstofuna mína til að búa til lista.

Húsbóndinn hennar hló ásamt Alan, tók hana upp í brjóstunum og sló hana létt til að koma henni á hreyfingu.

Hann fór með hana í miðju herbergisins, skipaði henni og starði á hana:

„Susan, vertu nakin svo Anne geti fengið nákvæmar mælingar.

Hann horfði á hana alvarlegum augum meðan hún hikaði.

Hún fraus af vantrú, leikfangið suðaði hærra og fékk hana til að anda og líta upp og hann lyfti augabrún.

Hún kyngdi og hristi höfuðið aðeins.

"NÚNA Susan!" reiði leiftrandi í augu hans þegar hann horfði á hana.

Hún lék sér með skjálfandi höndum, sleppti pilsinu og fjarlægði jakkann og blússuna sem hún rétti Anne, sem athugaði stærðirnar og skrifaði athugasemdir.

"Brahaldarinn líka, Susy, þú mátt halda skítugu nærbuxunum í bili."

Hann hélt áfram að horfa reiður á hana.

Hún var hrædd við orð hans og tók af sér brjóstahaldarann.

Þau fluttu frá henni þegar hún var búin að afklæðast.

Mennirnir tveir færðu sig að skrifborði meistara síns til að ræða listann sinn hljóðlega og horfðu á hana úr fjarlægð.

Dauðþrungin að innan lá hún næstum nakin og skalf þegar Anne snerti og tók mælingar á ýmsum hlutum á litlum líkama hennar, þar á meðal úlnliðum, ökklum og hálsi í það sem virtist vera heil eilífð.

Hendur ljóshærðu konunnar virtust kveikja enn meira á henni þegar leikfangið raulaði og gerði hana blautari og geirvörturnar hennar óhjákvæmilega harðar, sem jók á niðurlægingu hennar.

Alan glotti þegar Anne stóð loksins á fætur og rúllaði upp mælibandinu.

"Komdu þræll, við skulum fara að versla!" Susan spenntist, en hann tók Anne í handlegginn og leiddi hana út úr herberginu og kallaði yfir öxl sér. "Við sjáumst eftir nokkrar klukkustundir Robert."

Augu Susan stækkuðu við orðið þræll sem beint var að annarri stúlku og hún sneri sér við til að horfa á þá fara.

Hann benti henni á að koma til, benti á stað á gólfinu fyrir aftan skrifborðið sitt, nálægt sér, og horfði á hana þar sem hina næstum nöktu hallaði sér á staðnum.

„Fannst þér gaman að vera í þessum skítugu nærbuxum allan daginn?

Hann strauk hendi yfir mjöðm hennar og kisan fann fyrir bleytu hennar.

"Enginn meistari".

Hann brosti.

"Jæja, taktu þá af þér og næst þegar þú freistast til að vera í nærbuxum skaltu hugsa um hvernig það var."

Bros hans varð alvarlegt.

"Þú munt aldrei aftur klæðast neinu sem hylur litlu kútinn þinn aftur án þess að ég leyfi mér það beint. Skilurðu mig þræl? Eða óþægindi þín verða miklu verri, ég lofa því."

Augu hans leituðu í hennar og vissu að hún skildi að þetta, eins og allar pantanir hans, væri óumsemjanlegt.

Hún dró af sér bljúgandi, illa lyktandi nærbuxurnar, stóð skjálfandi og nakin fyrir framan hann, andaði hægt og hvíslaði:

"Ef ég elska."

Hann strauk létt um rassinn hennar, ýtti henni niður, hallaði henni upp í kjöltu sér, talaði lágt, en með brún við röddina.

"Þar sem þú ert þræll minn, þegar ég bið þig um að gera eitthvað sem þú hlýðir, er það réttur þræll?"

Án þess að gefa honum tíma til að svara og strjúka fallega rassinn hennar hélt hann áfram að segja.

"Það er það sem þú samþykktir. Hins vegar, í þriðja skiptið í dag verð ég að refsa þér."

Hann hafði ekki gefið henni neitt pláss til að svara og brosti þegar hún stundi.

"Hik þitt þegar ég bað þig um að afklæðast var ekki ásættanlegt, þú munt hlýða mér þræll, óháð því hver er í kringum þig."

Hann fann fyrir spennu hennar þegar hún lýsti viðbjóði sínum.

"Þú verður að treysta því að ég muni ekki setja þig í hættu. Alan er líka meistari og Anne er þræll hans."

Hann lét sorgina og vonbrigðin læðast inn í rödd sína.

„Þín neitun um að afklæðast þegar ég skipaði þér það var ekki aðeins til íhugunar hjá þér, litli þræll, heldur mér sem meistara þínum.“

Hún hrökk við við tóninn í rödd hans og fann að hún skammaðist sín fyrir að hafa komið honum í uppnám enn og aftur, þörfin fyrir að þóknast honum hafði vakið hana áður og hún vildi biðjast fyrirgefningar hans.

Hún byrjaði að segja bæn sína, en þagði niður.

"Ég skil að þú sért þræll og það hryggir mig að ég þurfi að refsa þér aftur, en þú munt læra að treysta mér og hlýða mér í öllu sem ég bið þig um."

Hún var að stynja af vandræðum, sem og af hitanum sem var að myndast í henni af völdum strjúkandi hendi hans og leikfangsins sem suðaði djúpt inni í lekandi kút hennar.

Hún fann hönd hans fara upp og tók sig til og hélt að hann ætlaði að slá hana, en í staðinn kom tilfinningin um að þunn stöng strauk húð hennar.

Þegar vinstri hönd hans færðist undir hana til að strjúka kisunni hennar og jók meiri ánægju við blönduna tilfinninga sem streymdu í gegnum hana.

Hún hnykkti við snertingu hans, en gaf frá sér skelkað tíst þegar stafurinn skallaði í rassinn á henni og beit í hold hennar, sem varð til þess að hún hoppaði í fangið á honum með fæturna fljúgandi.

Hún fann hvernig fingur hans sökkva inn í kisuna sína og snípinn halda henni á sínum stað og hún grét aftur, andköf hennar og styn breyttust í sársaukafullt mjað og erótískt andköf þegar hann sló hana tvisvar í viðbót þegar hann hélt áfram að fingra kisuna hennar.

Þrjár rauðar, stungnar blettur birtust á húð hans fyrir hvert brot hans þann daginn.

Hann fann hvenar brenna á húð hans þegar grimmilega stafnum var skipt út fyrir hönd hans enn og aftur.

Fingur hans snúðust og toguðu í bólgna snípinn hennar þegar hann skellti sér í krulluðu línurnar án afláts, sem varð til þess að hún beygðist og beygðist í kjöltu hans stynjandi af sársauka og örvun.

Hann horfði á ljúffenga, rauða líkamann í kjöltu sér.

Gleði hans og fjör var áberandi þegar hann horfði á hana njóta og gráta yfir honum.

Hann var meistari hennar, langvarandi ósk sem beið eftir að rætast.

Í lok vikunnar myndi hún þiggja stað hennar sem þræll hans af fúsum og frjálsum vilja eða hann myndi taka hana með valdi ef þörf krefur, en hann vissi að hann gæti ekki sleppt henni.

Hann talaði aftur lágri röddu og nöldraði:

"Komdu eftir meistara þínum, litli þræll. Sýndu mér hversu mikið þú elskar refsingu mína."

Líkami hennar beygðist, bognaði, spenntist og skalf þegar hún sprakk að skipun hans.

Hugur hans var týndur, svífur í skýi ánægju og sársauka í þriðja sinn um daginn.

Hún öskraði á hann og hljóp.

NÝR FATNINGUR FYRIR SUSAN

Susan vaknaði gruggug og ringluð, enn nakin.

Hún var staðsett í örmum meistarans í stóra froðufyllta sófanum á skrifstofu hans.

Hann hélt henni varlega, verndandi, eins og ljúfur elskhugi.

Líkaminn sagði henni hins vegar annað og hún þurfti sárlega að teygja auma vöðvana.

Hún reyndi varlega að losna úr handleggjum hans aðeins til að finna hvernig hún herðist í kringum sig.

Hún gafst upp, velti handleggjunum fyrir aftan bakið og teygði líkamann og fannst vöðvarnir mótmæla og finna fyrir meiri sársauka.

Hún hitti augu hans þegar hann horfði á hana.

Að lokum sleppti hún faðmlaginu og renndi höndum hans yfir líkama hennar þegar hún teygði sig eins og köttur.

"Þú ert minn." Hann sagði einfaldlega.

Hann sló létt á mjöðmina,

„Það er að verða seint Susy litla, þú varst sofandi í smá stund, ég er með bíl sem bíður þín við framtröppuna til að flytja þig heim.

Hann brosti blítt til hennar.

"Þú ættir að klæða þig og fara heim, áður en ég finn fleiri hluti sem þú getur gert hér."

Augu hans stækkuðu og hann hló.

"Þú getur sagt hverjum sem biður um að ég hafi haldið þér seint í vinnunni í þjálfunarskyni."

Hann hló í einlægni að roðnu andliti hennar þegar hún stóð upp og horfði niður á kjólinn sinn.

Hún hrökk við og fann fyrir hvirfilvindi óþæginda þegar hún sléttaði pilsið yfir botninn.

Hún fór stutta stund inn á baðherbergið sitt til að gera hárið og förðunina eins vel og hún gat áður en hún gekk á bak við skrifborðið sitt til að ná í óhreinu nærbuxurnar sínar.

Nærbuxur í hendinni kynnti hún sig hlýðnislega og spurði:

"Afsakið daginn, meistari?"

Hann brosti til hennar og reis upp til að kyssa hana djúpt.

Hún var skelfingu lostin þegar hún fann varir hans liggja á hennar, hissa á kossinum.

Eftir allt sem hafði gerst síðustu daga var þetta fyrsti alvöru kossinn þeirra og hún bráðnaði inn í hann.

Hann leiddi hana að skrifborðinu sínu, án þess að brjóta kossinn.

Hann lagði hana varlega á borðið svo hún gæti náð í töskuna sína og talaði hljóðlega:

"Já, þræll minn, þú hefur loksins glatt mig í dag."

Hann lét bros yfir andlit sitt þegar hann stríddi henni.

"Farðu heim, áður en ég skipti um skoðun."

Hann klappaði á rassinn á henni og naut stynjanna hennar og yfirgaf hana og fór aftur á skrifstofuna sína.

Ég var meira en sáttur.

En hann vissi ekki við hverju hún átti að búast þegar hún vaknaði morguninn eftir.

Hann var að velta því fyrir sér hvort hann hefði farið of langt á refsingardegi sínum.

Hann brosti með sjálfum sér .

Hún var yndisleg í sinni eðlilegu undirgefni og þótt hún hafi einhvern tíma á daginn virst ætla að fara, þá hafði hún verið áfram.

***

Bíllinn beið hennar eins og hann hafði sagt.

Ökumaðurinn var vingjarnlegur og þegar hann var kominn inn rétti hann honum tösku frá veitingastað á staðnum.

"Herra Robert bað mig að sækja þig eitthvað að borða, þar sem hann myndi halda þér seint á æfingu."

Hann brosti að undruninni og bleika litnum sem læddist yfir kinnar hans þegar hún tók pokann og þakkaði fyrir sig.

Leiðin heim var þögul.

Hann horfði á hana í speglinum á meðan hún horfði út um gluggann án þess að sjá landslagið í raun og veru, augun týndust í hugsunum hennar um daginn.

Hann brosti þegar hann snerti varirnar með fingrunum og hugsaði um allt sem hafði gerst.

Og um það sem gerðist, það var í kossi hans sem hann tafðist.

Sannleikurinn var sá að hún hafði gaman af hlutunum sem hann lét hana gera, hluti sem hún hefði aldrei gert ein eða með kærastanum sínum.

Henni fannst gaman að geta látið eins og hún væri „góð stúlka" sem ýtt var um í stað þess að viðurkenna að hver ný reynsla sem hann færði henni æsti huga hennar og líkama.

Hins vegar af öllu þessu var það kossinn sem sat eftir hjá henni.

Nándin í djúpum, ástríðufullum kossi þeirra hafði verið svo frábrugðinn hinni skipulögðu, yfirveguðu leið sem hann hafði strítt og veitt líkama hennar ánægju og sársauka, sem fékk hana til að finna fyrir sektarkennd og skömm, þörf og löngun.

Hún vissi að það sem hún var að gera, að vera þræll hans, var ekki rétt og þangað til í kvöld hafði hún velt því fyrir sér hversu rangt hún gæti haft áður en vikan var liðin.

Hann snerti varirnar aftur, en kossinn virtist láta honum líða einhvern veginn ekki svo slæmt.

Hún hafði fundið ást hans og ástríðu fyrir henni í þessum eina kossi.

***

Hún kastaði sér upp í rúmið sitt og velti sér þegar hún reyndi að sofa.

"Ég hafði alist upp við að þekkja hann sem hluta af fjölskyldu hans, næstum eins og frændi. Hann elskaði fyrirgefandi, heimiliselskandi eiginkonu sína og var vinur sonar síns!"

Hún kastaði sænginni frá sér og starði á loftið fyllt af sektarkennd og skömm.

"Hvað var að gerast með hann?"

Hún stundi mjúklega þegar hönd hans strauk um líkama hennar og upplifði daginn, reiði hennar, ótta, vonbrigði, skömm, löngun, þörf hennar til að þóknast honum og loks ástríðu kossins hans .

Hún kom í fjórða skiptið um daginn og sofnaði loksins.

***

Hún vaknaði og dró sig í sturtu, sektarkennd og skömm kom aftur til hennar.

Hún var næstum hrædd við að fara í vinnuna og finna hvað þessi dagur hafði í vændum fyrir hana, leið illa og íhugaði um stund að hringja veik, áður en hún hristi höfuðið.

Skelfingin yfirgaf hana þegar hún steig út af baðherberginu og blótaði lágt þegar hún áttaði sig á því að hún yrði of sein.

Hún klæddi sig fljótt og hljóp niður stigann til að fljúga út um dyrnar.

Hann hljóp út til að vera beint í fanginu á bílstjóra sínum frá því í fyrradag.

Hann greip hana um leið og hún byrjaði að hlaupa að rútunni.

"Susan"

Hún leit upp.

"Vertu róleg stelpa. Herra Robert sendi mig að sækja þig í morgun."

Hún tók skref til baka og opnaði hurðina sem leiddi hana inn í bílinn.

Hún hlýddi hógværð, undrandi yfir nærveru hans.

Hann sá tvo kassa, setta á sætið við hliðina á honum, þegar hann fór upp.

Einn innihélt kanilkökur skreyttar með broskalli og uppáhaldssafanum hennar.

Og í stærri kassa var miði stílaður til hennar.

Hún las:

"Góðan daginn þræll minn, ég vona að þú hafir sofið vel, ég ætla að gæta þín sem minn dýrmætasta fjársjóð, en það er samt margt sem þú verður að læra um hvernig á að þóknast meistara þínum. Þú ert ungur og fallegur, þú ættir ekki að klæðast þessi gamaldags vinnuföt sem mamma þín valdi þig. Fáðu þér fljótlegan morgunmat og farðu í jakkafötin úr þessum kassa áður en þú ferð í vinnuna. Ekki hafa áhyggjur af bílstjóranum, treystu og hlýddu Robert."

Hún snerti öxl bílstjórans og spurði hvort hún mætti stoppa á kaffihúsi eða einhvers staðar með baðherbergi, en hann hristi höfuðið.

"Nei. Þeir sögðu mér að halda áfram að draga þig nær, fröken."

Hún lá aftur og borðaði og íhugaði hvað hún ætti að gera.

Hún vildi ekki fá refsingu um leið og hún gekk inn.

Þegar hún kláraði smákökurnar og safann, steyptist hún niður í hornið á bílnum og hélt jakkanum að brjósti sér þegar hún skipti yfir í hvítu silkiblússuna sem hún hafði tekið úr kassanum.

Geirvörtur hennar harðnuðust og þrýstust í gegnum mjúka efnið við tilhugsunina um að bílstjórinn horfði á hana, en hún ætlaði ekki að líta í spegil til að athuga.

plíssjónapilsið upp úr kassanum og hallaði sér fram til að hylja nektina .

Hún tók af sér pilsið og setti það nýja á sinn stað.

Reyndi að gera eins vel og hún gat, hún hafði farið í plíssuðu toppinn og pilsið í staðinn fyrir toppinn og pilsið sem hún var í.

Hann tók lítinn jakka úr kassanum og setti hann á sætið við hlið sér og athugaði kassann til að ganga úr skugga um að hann væri nú þegar tómur.

Hún fann par af hvítum blúnduháum lærisokkum og minni miða...

"Haltu pilsinu uppi á meðan þú fer í sokkana þína og bílstjórinn mun gefa þér síðasta bútinn. Treystu og hlýddu, litli þræll. Róbert."

Hún var dauðhrædd og hugsaði um að hann hefði sennilega horft á hana breytast hvort eð er, svo hún gekk upp pilsið og dró sokkana aftur á sig, teygjuna þétt að læri hennar.

Bílstjórinn brosti í speglinum og rétti henni háhæla dökkbláa skó til að passa við jakkafötin.

Með roðnu andliti tók hún skóna með mjúku „Thank you" og setti fötin sín í tóma kassann.

Hann hallaði sér aftur, fór í skóna og forðaðist augu ökumannsins það sem eftir lifði ferðarinnar.

***

Þegar hún steig út úr bílnum og klæddist jakkafötunum sínum uppgötvaði hún að breiður jakkinn ramma inn kringlóttar brjósta hennar og lágu hnapparnir tveir dregnir inn frá mitti hennar til að víkka út litlar mjaðmir.

Hún sléttaði niður stutta plíssuðu pilsið sem varla huldi ofan á sokkana hennar og hallaði sér inn í bílinn.

Þegar hún áttaði sig á því að það væri of seint að bera botninn myndi birtast, greip hún í kassann með gömlu fötunum sínum og gekk rösklega í átt að byggingunni og hunsaði brosið á andliti bílstjórans.

Hún þakkaði honum ferðina og óskaði henni góðs dags.

***

Hún náði skrifborðinu sínu, stakk töskunni sinni og kassanum undir hann og gekk inn á skrifstofuna hans og beið þegjandi eftir því að hann tæki eftir því þegar hún kláraði símtalið.

Hann brosti blítt og benti á stað fyrir framan skrifborðið sitt.

Hún nálgaðist taugaveiklun á háhæluðu skónum sínum þegar hún gekk lengra inn á skrifstofuna.

Hún stóð andspænis honum þegar hann gekk í kringum skrifborðið hennar og skoðaði það þegjandi.

Hönd hans færðist upp á lærið á henni og undir stutta pilsið til að kúra og kreista rassinn á henni, brosandi um leið og hún beit í vörina á sér og andardráttur hennar greip.

"Jæja, litli þræll minn, þú hefur glatt mig með hlýðni þinni. Þetta er einn af klæðnaðinum sem þræll Alans valdi fyrir þig í gær, líkar þér það?"

"Ó já meistari. Þakka þér kærlega fyrir."

Hendur hans slógu um yndislegu brjósturnar hennar og léku sér með geirvörturnar í gegnum hreinan efnið og tókst að gera þær harðar eins og örvar.

"Farðu úr jakkanum."

Þegar hann fylgdist með svipmiklum augum hennar, herti hann tökin, klemmdi hörðu hnúðana á milli fingra sér þegar hún yppti öxlum úr jakkanum .

Öndun hennar hraðaði upp í anda, augu hennar stækkuðu og styn slapp út úr henni.

"Svo yndislegur lítill refur, bílstjórinn minn var mjög hrifinn."

Augu hans sveif yfir hana.

„Ég hafði rétt fyrir mér, þú gætir staðist fyrir óþekka skólastúlku í þessum búningi."

Hann steig skref aftur á bak, hallaði sér frjálslega að skrifborðinu og horfði á hana roðna.

"Striptu þræll, allt nema skóna þína og sokkana. Það eru aðrir hlutir sem ég vil sjá þig klæðast áður en við byrjum daginn okkar."

Hann sneri sér að henni þegar hún fór úr fötunum og strauk henni varlega að baki áður en hann sló hann og hallaði sér í eyrað á honum til að grenja:

"Meistari hefur gaman af bjarta kinnalitnum á rassinum þínum."

Hann kreisti fast í rassinn á henni þar til hún stundi, brosti og sló hana aftur.

Hann tók í handlegg hennar, leiddi hana í kringum skrifborðið sitt og setti hana við hlið sér þegar hann settist.

"Krefstu niður, þræll."

Hún kraup niður þegar hann horfði á hana.

"Það er réttur staður þræls og þú munt læra það vel í dag. Þegar þú kemur til mín muntu alltaf krjúpa."

"Já herra"

Hún horfði á þegar hann opnaði skúffu og tók fram nokkrar gullkeðjur áður en hann sneri sér að henni einu sinni enn.

Hann talaði, lágt en alvarlegt.

"Það eru hlutir sem þú munt klæðast handa mér sem eru ekki föt. Settu hendurnar fyrir aftan hálsinn og geymdu þær þar." Hann horfði á ráðvillt andlit hennar þegar hún færði hendur sínar fyrir aftan háls hans og fléttaði saman fingur þeirra.

Hann skoðaði stöðu hennar á gagnrýninn hátt, teygði fram höndina til að stilla olnboga hennar og dró þá aftur, gerði boga hennar inn í hann og ýtti brjóstunum fram.

Hún strauk þeim gróflega og stríddi geirvörtunum með meiri klípingu og talaði aftur.

"Ég ætla ekki að krefja þig um að gata þessar, en ég vil að þau verði skreytt í samræmi við það."

Hann valdi keðju og togaði í geirvörtur hennar í gegnum litlu hringina á hvorum enda keðjunnar.

Þeir voru nógu þéttir til að halda keðjunni, en án þess að skemma húðina.

Hann dró í keðjuna og sló á vinstra brjóst hennar, fékk hana til að stynja og skilja augun eftir blaut.

Keðjuböndin hertust um geirvörtur hennar þegar brjóst hennar bólgnaði.

Eftir að hafa slegið brjóstunum nokkrum sinnum, greip hann keðjuna og togaði harkalega og teygði holdið af brjóstunum áður en keðjan losnaði.

Hún stundi, skalf og tárin runnu niður kinnar hennar af stungunni.

Haninn hans kipptist við þegar hann horfði á hana.

Hann endurtók ferlið með því að klípa og kreista geirvörturnar hennar og lemja brjóstunum á henni þegar hann reyndi fimm mismunandi keðjur, togaði hverja geirvörtu hennar með sterkum rykk um leið og hann reyndi aðra keðju.

Keðjan sem hún valdi að lokum var skreytt með litlum bjöllum sem dingluðu úr lykkjunum sem klingdu við hverja smellu hennar.

Núna var hún komin með tár í augun af sársauka þegar hann lagaði líkamsstöðu sína enn og aftur.

Hann notaði skóinn sinn til að ýta af sér hnén og urraði.

"Breiðu úr lærunum, litla drusla, ég vil sjá kisuna þína skína, á meðan þú nýtur sársaukans sem ég gef þér."

Roðinn á andliti hennar passaði næstum við rauðu handaförin sem huldu brjósta hennar þegar brjóstið lyftist.

Hún fann hvernig kúturinn krampaði og dreypti meira af orðum hans.

"Hvernig gat ég haft gaman af þessu?"

Brjóst hans lyftist af hita og sársauka.

"Það hlýtur að vera eitthvað að mér, þetta var ekki eðlilegt. Það voru engar mjúkar strjúklingar eða ákafur augnaráð á milli þeirra. Bara skipanir, hlýðni, sársauki og ánægja."

Hugur hennar flýtti sér aftur að kossi gærdagsins og varir hennar titruðu með líkama hennar þegar hún skalf við minninguna um tilfinningarnar sem hún hafði fundið.

Hann þrýsti skónum sínum að kútnum hennar, nuddaði tánni sinni undir leðrið á bólgnum snípinum hennar og horfði á hvernig andardráttur hennar jókst og líkami hennar skalf og lét litlu bjöllurnar klingja kátlega á auma rauðu brjóstunum.

Hann sá hitann í augum hennar þegar mjaðmir hennar rúlluðu yfir skónum og nudduðust við hann.

Hann hélt áfram að leika sér að kisunni hennar og nuddaði hörðu leðrinu á bólgna snípinn hennar og lekandi gat.

Líkami hennar hélt áfram að sveiflast og sveiflast mjöðmum hennar að skónum og leitaði þar ánægjunnar.

Hann renndi fingrunum í gegnum hárið á sér og snéri því um leið og hann kippti höfði hennar aftur á bak og hallaði sér inn til að þrýsta næstum vörum sínum að andköfum munni hennar, hvíslaði harkalega,

"Komdu þér til ánægju meistara þíns, litla níkin sem nýtur sársauka. Þú ert minn."

Hann horfði á þegar hún bognaði harðar að skónum hans, spenntur og skalf áður en hún hrópaði þegar koma hans huldi læri hennar og skó.

"Hún var svo falleg að krjúpa svona frammi fyrir honum."

Hann hitti augu hennar þegar hani hans harðnaði sársaukafullt fastur í buxunum hans.

Hann hélt hendinni í hárinu á henni, létti sterku handtaki sínu til að strjúka henni um leið og hún róaðist.

Skjálftir fætur hennar beygðu sig til að krulla botninn á hæla hennar.

Á meðan hún var að jafna sig eftir hlaupið sagði hann við hana:

"Þurrkaðu skóinn minn. þræll"

Að sjá hana byrja að hreyfa sig til að lyfta hendinni kreppt í hárið á honum og hann ýtti höfðinu niður.

"Með tungunni, litla refur, smakkaðu hvað þú ert sæt."

Hann horfði á hana þegar höfuð hennar lækkaði ástúðlega á fætur og brosti.

Nefið hrukkaði af vanþóknun og andlitið roðnaði djúpt þegar hún sleikti safann af skónum sínum.

Hann hélt henni upp að skónum sínum þar til hann var sáttur við að hún væri búin.

Hann ýtti fótum hennar frá sér og hélt handleggnum utan um hana þegar hún reis upp á háhæluðu skóna sína, bjöllurnar dingluðu frá geirvörtunum hennar ljúflega.

"Þú hefur mikið að gera í dag, þræll, svo klæddu þig upp á þennan lúða litla rass þinn."

benti á það með klappi á botninn, hallaði sér aftur á bak og horfði á hana hneppa blússunni yfir nú skreyttu brjóstunum.

Keðjan sem fékk geirvörturnar hennar til að skera sig ljúffengt út gegn tæru silkinu, bjöllurnar sjást vel undir henni.

Þegar hann leit aftur í opnu skúffuna, stakk hann ónotuðu keðjunum í og náði í einn hlut í viðbót áður en hann stóð upp og skoðaði hana þegar hún var búin að klæða sig.

Hann klípaði um geirvörtur hennar með silkikeðju, dró hana að skrifborðinu sínu áður en hann sleppti fingrunum og ýtti andliti hennar niður og sló aftur botninn á henni.

Hún stundi og augun táruðust aftur þegar hún áttaði sig á stöðugum sársauka og hita sem hann sturtaði yfir hana í morgun.

Hún skalf þegar hann útskýrði að hann myndi vera í einum hlut í fyrramálið og því hraðar sem hún kláraði verkefnin sem hann hafði gefið henni, því fyrr myndi hann taka það af.

Hún horfði forvitin á hann hélt litlum bleikum plasthlut fyrir andlitið á sér.

Þessi var í formi lítillar gulrótar, en forvitni hennar kom í stað ótta þegar hann útskýrði hvar hann myndi nota hana.

Hún tróð sér undir taki hans á bakinu, fætur hennar þrýstu að henni.

Hann fann harðan hanann innan í buxunum.

hennar fylltist af myndum af því að hann tók hana þegar sterka grip hans veiktist til að strjúka henni mildari.

Rödd hans hvíslaði lágt í eyra hennar til að róa hana.

Þegar hann sá óttann koma inn í augu hennar hætti hann næstum, en hún hafði staðið sig svo vel í hlýðni sinni við allt sem hún hafði viljað í morgun.

Hún þurfti að vita að ekkert var bannað henni í því sem hann myndi biðja hana um, svo hún hallaði sér inn í eyrað á henni og hvíslaði:

"Þú, þræll minn, munt klæðast þessu vegna þess að ég er meistari þinn og það þóknast mér."

Hönd hans skildi leikfangið eftir á skrifborðinu þegar hann strauk um mjúka húðina á botninum á henni.

"Litli þræll, þú vilt þóknast meistara þínum, ekki satt?"

Hann talaði og strauk henni eins og hann myndi gera gæludýr.

Hvíslar yfir þörf hans til að eignast hvern hluta hennar, ná tökum á henni og eiga hana algjörlega.

Hann hreyfði hönd sína um heitt bleika hold botnsins, renndi fingri á milli neðstu kinnanna að blautu litlu kútnum hennar, stríddi henni með því að strjúka varlega yfir neðstu kinnar hennar, enn og aftur smyrja safa hennar, en í þetta skiptið yfir myrkri, rjúfandi gatið á henni, rassinn hans.

Hún hélt leikfanginu upp fyrir andlitið og hvíslaði:

"Þú munt klæðast þessu, þræll, fyrir mig, meistara þinn."

Velti leikfanginu yfir blautu kútinn hennar, huldi það með ásamt sínu, hann þrýsti því svo á botninn á henni.

Hann sá hana spennta og kreppa, lyfti hendinni aftan á hana og klappaði henni létt á bak.

"Slappaðu af, litli þræll, treystu meistara þínum."

Hann þrýsti harðar á litla tappann og horfði á endaþarmshringinn hennar byrja hægt og rólega að teygjast í kringum sig.

Hún fann öldur andstæðra tilfinninga streyma um sig.

Þar sem hún var upp á miskunn hans, beit hún í vörina á sér og vissi hversu heitt hún var fyrir hann.

hans hituðu aftur viðkvæma kisuna hennar þegar hún fann aðra hönd hans leika við botninn á henni.

Hún skalf þegar hún heyrði hvíslið hans og fann harðan hanann hans við mjöðm hennar.

Á meðan hann tók dótið og lék sér meira með kisuna hennar og rassinn þangað til hún þoldi það ekki lengur og hún var að stynja aftur og hreyfa mjaðmirnar.

Hún fann hvernig hann færði tappann aftur í botninn á sér og þrýsti honum að sér.

Hún spenntist og hann sló hana.

Hún lokaði augunum og dró djúpt andann og mjáði yfir þeirri undarlegu tilfinningu að vera með rassinn.

Það var svo stórt innra með henni, en hún vissi betur.

Hugur hennar hvarf á milli hita blauts kúts hennar og tilfinningarinnar sem var ekki svo sársaukafull heldur örvandi í botninum á henni þegar endaþarmshringur hans spenntist um tappann til að halda honum á sínum stað.

Hann urraði þegar hann horfði á tappann hverfa inn í stelpuna sem var að væla í honum.

Hann þráði að sjá andlitið á henni þegar hún var með tappann, lyfti henni upp svo pilsið féll á sinn stað og huldi hana að aftan.

Þegar hún horfði á hann blautum augum og kinnroðann hennar ljómaði á kinnar hennar.

Hann sló á rassinn á henni, fingur hans leituðu að innstungunni og lék sér með hann á meðan hann horfði á tilfinningarnar sem hyldu andlit hennar.

Hann brosti út í mjúkt andlit hennar þegar hann hallaði sér niður til að kyssa skjálfandi varir hennar.

"Þú hefur glatt mig mjög í morgun, þræll minn. En ég skal segja þér, þetta verður ansi langur dagur fyrir þig. Svo ef þú hefur einhverjar áætlanir fyrir kvöldið, þá þarf ég að hætta við þau. Hugsaðu um einhver afsökun." Hann brosti til hennar.

"Og þú getur sagt foreldrum þínum að þú munt mæta í kvöldverð hjá viðskiptafélaga með mér þar sem ég mun krefjast óvenjulegrar og einstakrar hæfileika þinna."

Hún hlustaði á hann bíta í vörina á sér, roðnaði þegar hann lék sér með tappann í rassinum á henni og kisuna krampa við orð hans.

"Hún hafði þóknast honum!"

Hún var hissa á því hvernig þetta lætur henni líða þegar koss hans jók ánægju hennar.

Hún steig fram til að bursta á hani hans og áttaði sig á því hversu mikið hún vildi finna fyrir honum innra með sér í stað leikfönganna sem hann notaði hana á hverjum degi.

Við að átta sig á þessu varð til þess að kinnar hennar brenna enn meira, hugur hennar líkir eftir skipandi tóni hennar:

"Þú, litla Susy, ert orðin hóran hans."

Hún gat ekki hjálpað þeirri gleðitilfinningu sem hún hafði yfir því að þóknast honum í ljósi vonbrigða gærdagsins.

Skömm og niðurlæging yfir því hvernig hún gladdi hann skolaði yfir hana stutta stund.

Hann hallaði höfði hennar upp við höku hennar og hitti augu hennar sem sáu andstæðar tilfinningar hennar, hann brosti og kyssti hana innilega.

Hún bráðnaði aftur.

***

Hún sat óþægilega við skrifborðið og hringdi í foreldra sína til að segja þeim að hún væri að fara í vinnukvöldverð, vinkonu sem hún hélt að hún gæti hitt í kaffi eftir vinnu og kærastann sem hún var búin að fresta um helgina.

Þannig að símtölunum var slitið fljótt og hún sendi meistara sínum spjallskilaboð til að láta hann vita.

Hann kallaði hana aftur á skrifstofuna sína og hún fór inn í herbergið, lokaði hurðinni á eftir sér og gekk að skrifborðinu sínu áður en hún kraup til að standa fyrir framan hann.

Hann skoðaði hann og lagaði stöðuna áður en hann hélt áfram.

Hún hlustaði af athygli þegar hann útskýrði krjúpandi stöðu fyrir þræla: hné opin, hendur fyrir aftan bak, höfuð hallaði örlítið að honum, varir skildu.

Hún útskýrði þrælssetustöðuna, sem var mjög lík því að krjúpa, þar sem hún gat hvílt hnén með því að sitja með rassinn á hælunum.

Ef hún var beðin um að sýna sjálfa sig þegar hún var á hnjám eða stóð, klemmdi hún hendur sínar fyrir aftan hálsinn og dró olnboga og axlir aftur eins og hún hafði gert áður.

Hann bað hann að æfa sig í þessu og gaf honum eins orðs skipun um að krjúpa, sitja eða sýna, á meðan hann sagði honum verkefnin það sem eftir var daganna.

Það var síðbúinn hádegisverður með nokkrum vinum úr klúbbnum hans í fundarherberginu hans á skrifstofunni.

Þú þyrftir ekki að elda eða þjóna í dag, en það væri hluti af skyldum þínum á öðrum tímum.

Hann varaði hana harðlega við því að hún mætti ekki hika við að hlýða skipunum hans í dag, annars yrðu refsingarnar langt umfram það sem hún upplifði í gær.

Hún skalf og hvíslaði:

"Já meistari".

"Þú munt treysta mér, Susy litla, að af öllum þeim eigum sem ég á, þá ert þú dýrmætust."

Hann horfði í augu hennar og sá augu hennar stækka af ringulreið.

"Já þræll, þú ert eign mín. Þú ert dýrmætur fjársjóður og þú ert mín."

Heilinn hans öskraði á hann:

"Eina vikuna samþykkti ég, þetta var leikur!"

Hugur hennar var á hvolfi, "hún mundi ekki einu sinni eftir að hafa lýst samkomulagi sínu fyrir vikuna. Hvernig hafði hún samþykkt þetta? Hún var að tala eins og hún vildi halda henni sem þræl sinn að eilífu!"

Andlit hans sýndi vaxandi ótta hans augnabliki áður en munnur hans steig niður á hennar í djúpum, ástríðufullum kossi.

Hún fann þrá hans, þörf hans fyrir hana, ást hans í þessum kossi og hún bráðnaði inn í huga hennar, sleppti að spyrja hann, minnti sjálfa sig á að hann hefði lofað að þau myndu tala saman í lok vikunnar.

Hann rauf koss þeirra, reis upp, skildi hana eftir krjúpandi þar sem hún var og sneri aftur að skrifborðinu sínu.

Hún setti nokkrar skrár á skrifborðsbrún sína til að afhenda henni persónulega, og í þeirri röð sem hún hafði raðað, til sumra stjórnenda, auk lista yfir margvísleg verkefni fyrir allt fyrirtækið, þar á meðal að athuga matarundirbúningur fyrir hádegismatinn þinn.

Hún gleypti allt sem hann útskýrði fyrir henni og sagði lágt:

„Já, meistari,“ þegar hann virtist vera búinn, en hún stóð þar sem hún var þar til hann sagði henni annað.

Þegar hann leit á úrið sitt lagði hann til:

„Þú ættir helst að drífa þig litla þræll, þjálfunin hefur tekið lengri tíma en ég hafði áætlað og þú hefur enn mikið að gera áður en gestir mínir koma.“

Hann sneri skyndilega aftur til vinnu sinnar og hún kraup í ráðvilltu augnabliki áður en hún stóð upp, greip skrárnar og listann og sneri aftur að skrifborðinu sínu til að raða í gegnum verkefnin og hvernig væri best að takast á við þau.

Hún sendi honum skyndiskilaboð til að láta hann vita af brottför sinni af skrifstofu sinni.

"Flýttu þér þá þræll. Þú hefur tvo tíma. Ekki væla því fyrir hverjar tíu mínútur sem þú ert of seinn mun ég refsa þér."

Hún birti þessum svarskilaboðum á skjánum sínum og flýtti sér í burtu.

Hún komst að því að nýju, hærri en venjulega hælarnir hennar létu mjaðmirnar sveiflast meira, plíssuðu pilsið hennar rúllaði og skoppaði við hvert skref.

Hann hélt skrámunum að brjósti sér svo bjöllurnar myndu ekki hringja.

Hann flaug næstum því í eldhús og önnur verkefni áður en hann afhenti skrárnar til að verjast sem lengst.

Hún brosti og sagði lítið þegar hún fór að skoða eldhúsin og önnur lítil, auðveld verkefni, var mjög meðvituð um keðjuna og tappann sem hún notaði fyrir hann og hafði áhyggjur af því að stöðugur hiti á milli fótanna yrði augljós fyrir hvern sem er. manneskju , af öllum sem sáu hana.

Hann kíkti á úrið sitt, ánægður með hversu langan tíma það tók hann, og byrjaði að lokum að afhenda stjórnendum skrárnar og seðlana í höndunum.

Hún var meðvituð um hversu stutt pilsið hennar var og hversu þunnt toppurinn hennar var yfir brjóstunum án böndum, roðnaði hún af reiði þegar augu viðtakenda skrárinnar ráfuðu yfir hana eða lá of lengi á henni.

Hún reyndi að geyma skrárnar sem festust við bringuna á henni en oftar en ekki var beðið um að leggja þær frá sér á borðið og bíða á meðan þær athuguðu hvað hún hefði komið með.

***

Þrátt fyrir að hún hefði stöðugt verið að skoða úrið sitt, áttaði hún sig á því að hún væri þegar að verða sein að koma aftur að skrifborðinu sínu þegar hún kom að síðasta erindi sínu, sem var á skrifstofu Alan Clarkson.

Þegar Susan sá Anne við skrifborðið sitt brosa til hennar, roðnaði hún og gekk til.

"Þakka þér fyrir fallegu fötin, Anne. Það hentar mér fullkomlega." Susan næstum hvíslaði.

Anne hló glaðlega.

"Ég sé hversu vel það lítur út fyrir þig! Ó elskan, ég held að það líti stórkostlega út, þó ég hafi þegar haldið að það myndi líta vel út hjá þér. Leyfðu mér að segja meistaranum að þú sért hér og hann mun vilja sjá þig líka!"

"Ég er með skrá fyrir hann."

Hún hrópaði, hneykslaður að átta sig á að Anne var líka þræll.

Susan horfði á hana gagnrýnni augum og tók eftir því hvernig hún var klædd.

"Frábært. Þannig náðum við tveimur mörkum með einni heimsókn," blikkaði hann og hló svo aftur þegar hann skrifaði spjallskilaboð á skjáinn og beið eftir svari.

Hún hló að svari hans og útskýrði að honum líkaði líkingin við mörkin tvö.

Hann kom út fyrir aftan skrifborðið sitt og tók í handlegginn á Susan þegar hann leiddi hana inn á skrifstofu Alan Clarkson.

Alan kom út fyrir aftan skrifborðið sitt.

„Gefðu mér skrána og leyfðu mér að horfa á þig elskan Susan.

Hann horfði á hana eins og svangur úlfur sem teygði sig eftir skránni.

Hún roðnaði djúpt og rétti honum skrána.

Hann gaf frá sér „hmm" hljóð og gekk í kringum hana.

„Sýktu þig, Susan litla.

Augu hennar stækkuðu og hún horfði upp á andlit hans í gríni, en sá engan, svo hún víkkaði stöðu sína og lyfti höndum sínum aftan á hálsinn fyrir aftan hálsinn.

"Ó, litlar bjöllur, hversu yndislegar. Ég vissi að hann myndi vilja "bjöllur fyrir Susan sína".

Hann hló upphátt og sló Anne á rassinn og sagði:

"Ég sagði þér það ekki!"

Hún vissi ekki hvað hún ætti að gera og vildi ekki sýnast óhlýðin, áður en þessi meistari tók sæti hennar aftur á meðan hann horfði á hana, stóð hún kyrr.

"Slepptu Susan, ég vil heyra bjöllurnar."

Hún hoppaði og hann veifaði henni til að halda áfram.

Hún reyndi, en stökkin hennar voru lítil þar sem hún sveiflaði á háhæluðu skónum sínum þegar pilsið hækkaði og féll og sýndi nektina undir því.

Hún féll næstum um á einum tímapunkti þar til hann teygði sig. og greip í handlegg hennar til að halda henni stöðugri.

"Þakka þér fyrir, herra Clarkson." hún andaði.

"Veistu, Susan, þú ert með fallegustu hressustu brjóstunum sem ég hef séð í langan tíma. Þú ættir að hugsa um að láta gata á þér geirvörturnar. Brjóstin myndu líta enn meira aðlaðandi og ómótstæðilegri fyrir meistara þinn." sagði Alan mjög alvarlegur þegar hann rannsakaði hana.

Hún blés þegar hann talaði.

Hann hlýtur að hafa séð augnaráð hennar þegar hún sneri sér snöggt að Anne.

"Farðu úr skyrtunni svo Susan sjái þína."

Hann sneri sér að Susan.

„Hún lét gera þau skömmu eftir að hún kom til félagsins."

Susan horfði á ljóshærðu konuna sem gat ekki hitt augu Alans þegar hún roðnaði enn meira.

Anne var í brjóstahaldara sem huldi ekki stóru brjóstin hennar heldur studdi þau eins og á hillu.

Brjóstin hennar voru skreytt löngum, breiðum, gylltum hringjum, sem dingluðu frá geirvörtum hennar.

Susan fraus þar til Alan festi fingur sinn við vinstri hringinn og lyfti honum upp, og neyddi brjóst hennar til að teygja sig út í keiluformi sem olli því að Anne stynur gátt.

Alan sleikti varirnar og brosti.

"Hún er bara falleg, finnst þér ekki Susan?"

"Já, herra Clarkson."

"Ómótstæðilegt eins og ég sagði, en við verðum öll að vinna áður en við getum spilað." Hann sneri smitandi brosi sínu að henni og blikkaði: "Þú ættir að hlaupa að skrifborðinu þínu Susan, meistarinn þinn mun bíða eftir þér. Ég er viss um. Láttu hann vita að ég mun skoða skrána fyrir hádegismat í dag. Sjáumst þar ."

Hann hló og sendi hana til baka, enn með vælandi Anne við gullhringinn.

„Já, herra Clarkson," sagði Susan, sneri sér við og flúði næstum því skrifstofuna og lokaði hurðinni hljóðlega á eftir sér.

Hann dró djúpt andann til að róa sig og flýtti sér aftur á skrifstofu meistara síns.

Hún vildi ekki stoppa eða tala við neinn á leiðinni til baka að skrifborðinu sínu og gekk með höfuðið lækkað, faldi roðann og hneigði sig til að reyna að dylja klingjandi brjóstin.

Hann komst að borðinu hennar á methraða og sendi henni skyndiboð til að láta hana vita að hún væri komin aftur.

REFSINGARHERMIÐ

Hann hringdi í hana strax.

Hann fór inn á skrifstofu sína og féll á kné rétt fyrir utan dyrnar.

Hann stóð upp og gekk í áttina að henni við innganginn að herberginu, gelti:

"Fylgdu mér. Þú ert seinn."

Hún stökk á fætur og hljóp á eftir honum inn í aðliggjandi herbergi aðeins nokkrum skrefum á eftir honum.

Þetta herbergi var með undarlegum skreytingum.

Hann sneri sér við.

"Vertu nakinn, en hafðu sokkana á þér."

Hún varð fljótt við skipunaróp hans, hlýddi honum án umhugsunar, stóð nakin og skjálfandi, bjöllurnar á brjóstunum hljómuðu.

Athygli hennar vakti að honum þegar hún horfði á hann opna skúffu og draga fram hvítt korsett.

Hann steig á eftir henni, vafði korsettinu um líkama hennar og byrjaði að binda hana fast um mitti hennar.

Bikarflögurnar fylgdu feril fjörugra brjóstanna og enduðu rétt fyrir neðan geirvörturnar.

Litlu, hörðu, hlekkjaðu bleiku brurnar stóðu út fyrir ofan gullkeðjuna og bjöllurnar , og bættu við styninu sínu.

Á meðan stóð hún hreyfingarlaus, horfði tómum augum á vegginn og einbeitti sér síðan að höndum sínum og kunni að meta tilfinninguna af korsettinu sem hann var að binda hana með.

Hann sló henni á bak þegar hún var búin.

Hún öskraði af undrun meira en sársauka þegar hann tók hana upp eins og dúkku og henti henni og festi hana við bólstraðan bjálka sem var hluti af undarlegu húsgögnunum í þessu herbergi.

Hún var há og fann sjálfa sig dinglandi við fótleggina og sparkaði í geislann til að ná jafnvægi þegar hann sló rassinn á henni aftur.

Hann færði sig dálítið í burtu og spurði hana.

"Hvað tók þig svona langan tíma, litli þræll? Eyddir þú tíma fyrir alla stjórnendur til að sjá hvaða drusla þú ert með nýju fötin þín og fylgihluti?"

Hún stundi og roðnaði enn meira.

Andlit hennar varð skarlatsrautt þegar höndin prentaðist á botninn á henni.

Hún fann hvernig hann hreyfðist og þrýsti sér að henni þegar fingur hans dreifðu rassinum á henni og þreifaði um hana.

Hún horfði um öxl á hann á meðan hann horfði á rassinn á henni og roðnaði enn meira, niðurlæging hennar yfir því að misþóknast honum og viðkvæm staða sem hún fékk hana til að hrolla við orð hans.

hennar var erfið vegna þéttra korsettsins svo hún fór að anda og stynja.

Hendur hans skildu rassinn á henni og hann horfði niður á þrjóska leikfangið þar sem hún skalf með rassinn að kreista hann.

Hann strauk höndunum yfir slétt húð hennar og gleðst yfir því að hún var hans til að drottna og njóta eins og hann vildi.

Þegar hann horfði á blikandi blauta kútinn hennar þegar fingur hans léku sér að tappinu, urraði hann:

"Ég sé að þú hefur notið þess að klæðast þessu fyrir mig, litla drulla."

Hann talaði með brún við röddina um leið og hann þrýsti létt um tappann þannig að endaþarmsop hennar teygðist hægt aftur fyrir augum hans.

Hún andvarpaði, næstum andlaus.

"Já meistari".

Hann brosti og naut sjón og hljóðs af þessum fullkomna litla líkama.

Kveðjandi tónlist hans í eyrum hennar þegar hann tók tappann af, horfði hægt og rólega á hringinn á endaþarmsopi hennar opnast hægt og kreppa eins og þétt dökk stjarna.

Hann spottaði hana einu sinni enn með fingrinum:

"Hver hluti af þér er minn, litli þræll! Ekkert er bannað fyrir meistara þinn."

Fingur hans lagðist inn í hana og heyrði hana öskra til að bregðast við honum.

Hann fann hungur hennar í honum varla stjórnað, svo hann kippti hendinni frá sér og bakkaði frá urri hennar:

"Þú skilur að ég þarf að refsa þér fyrir að vera seinn núna, ekki satt?"

"Já herra."

Hún fann fyrir stungunni í botninum, ekki eins harkalega og í gær, en nóg til að fá hana til að anda og missa jafnvægið á geislanum aftur þegar hún kipptist til og ruggaðist.

Hann fann brunann, brennandi náladofa á holdi hans og hann byrjaði að segja út afsakanir og afsakanir.

Hann þaggaði niður í henni með annarri stingandi svipu.

Hélt áfram þegar fingur hans hlupu í gegnum kantana tvo.

"Þú hlýtur að hafa verið að sóa tíma þínum, þar sem þú varst fjörutíu og fimm mínútum of seinn."

Svipan sló hana aftur, tvisvar í röð, og hún öskraði og rykkti í geislann.

"Og í auka fimm mínútur..."

Svipurinn lenti harkalega á læri hennar.

Hún stundi, tárin streymdu niður andlitið á henni þegar stingandi bruðlarnir geisluðu brennandi sársauka niður líkama hennar.

Hann sá kisuna hennar glitra af raka, svo hann færði svipuna á milli fóta hennar og nuddaði flötum leðurkennda oddinum yfir snípinn hennar.

Hún tók andköf og hnykkti.

Hann hélt áfram að leika sér að henni , teygði fram fingur í botninn á henni um leið og hún skalf og stundi, mjaðmir hennar sveifluðu á milli handar hans og svipan þrýst að bólgnum snípinum hennar.

Hann byrjaði að dæla sínum sterkasta fingri inn í hana og bætti öðrum fingri við þegar hún hikaði og mjáði í neyð.

Hún kom sprengiefni, næstum því að detta af bjálkanum, en hönd hans gróf í botn hennar.

"Hvað ertu óþekk tík, er það ekki? Hvernig líkar þér sársauki"

Hann dró fingurna frá henni þegar hann horfði á líkama hennar skjálfa af krampum.

„Þú verður að bíða þangað til húsbóndinn þinn segir þér hvenær þú megir koma, þræll.

Svipurinn beit í hold hennar enn og aftur og hún öskraði.

— Skilurðu mig, þræll?

"Já herra."

Hún öskraði þegar svipan sendi brennandi sársauka upp á lærin á henni aftur.

Hún fann frekar en að sjá litla teygjanlega röndina af efni sem hann lagði upp fætur hennar og settist um mjaðmir hennar áður en hann lyfti henni af geislanum og upp á skjálfta fætur.

Hún leit niður, efnisröndin var nógu breiður til að hylja kynið hennar og í fyrstu hélt hún að það gæti verið eins og belti.

„Sýningarþræll," sagði hann um leið og hann færði hendurnar upp að mitti, víkkaði og stillti læri og rassstöðu við hverja hreyfingu.

Hún áttaði sig nú á því að þetta var einhvers konar pils til sýnis.

Hún gekk að skápnum og dró fram hvíta hælaskó og lagði þá við fætur hennar svo hún gæti klæðst.

Hann hringsólaði hana, fingur hans ráku yfir rauðu kantlínurnar sem sáust undir áberandi pilsinu.

"Þú hefur aldrei séð þig meira Susan en núna, Susy."

Hún hallaði sér inn, kyssti tárasporin undir enn vökvuðum augum sínum og talaði lágt.

"Mmm, litla drusla mín, ég elska að sjá kvíðabirtingar þínar, en við eigum von á gestum, svo farðu á sérbaðherbergið í annarri hurðinni til hægri. Þú finnur venjulega förðunarmerkin þín þar. Lagaðu andlitið þitt og hárið . "

Hann rétti henni gullhúðað borði.

"Settu þetta höfuðband á. Ekkert ilmvatn. Og komdu aftur að skrifborðinu mínu."

Hún fór inn á baðherbergið og stóð fyrir framan spegilinn í fullri lengd.

"Hver er þessi stúlka?" hugsaði. "Hvað hafði orðið um "góðu stelpuna" sem hún hafði verið allt sitt líf? Hvernig hafði hún breyst í hóruna sem hún sá í speglinum?

Hún færðist til og tróð sér þegar hún tók eftir því að pilsið hyldi alls ekki kisu eða rass, í staðinn undirstrikaði hún æðar hennar og stöðugt örvunarástand.

„Þetta er leikur," hugsaði hann og vissi í hausnum á sér að það væri langt fram úr leik og það eina sem hann gat gert var að bíða þangað til í lok vikunnar.

"Í lok vikunnar, hvað myndi gerast þá?"

Þöglar spurningar hans hættu, þegar hann hugsaði um þá spurningu.

"Andaðu," sagði hún við sjálfa sig, "bara andaðu og hlýddu."

Hún losaði sig við sífelldar spurningar sínar og setti farðann á andlitið aftur.

Hún dró bylgjuðu hárið í þéttan hestahala og gekk aftur að speglinum í fullri lengd.

"Andaðu, andaðu bara og hlýddu." Hún endurtók sig.

Hún leit í síðasta sinn og andaði rólega, sneri sér aftur að honum, gekk að skrifborðinu hans og kraup fyrir framan það eins og hann hafði kennt henni.

Hann horfði á hana ganga með kringlóttar kinnar í rassinum, ljúflega útsettar, brjóstin rauð og reið þegar hún gekk varlega á hæla hennar og lét mjaðmirnar sveiflast eins og hóra tilbúin til ánægju.

„Þetta er mitt," sagði hann næstum vantrúaður.

Þjálfun hans hafði gengið svo vel í vikunni ; betri en hann hefði getað vonast eftir.

Sérhver hindrun sem hann setti upp virtist sigrast með tiltölulega auðveldum hætti.

Hafði stöðugar áhyggjur af því að hann væri að fara of hratt, hún hafði næstum hlaupið í burtu í gær, og hann hafði séð ótta í augum hennar í morgun, en á endanum hafði hún alltaf hlýtt.

Undirgefni hennar hafði næstum verið alið inn í hana með því að blanda saman ráðríkum föður hennar og ljúfri móður.

Hann hafði langað í hana svo lengi.

Að uppgötva löngun sína í erótískan sársauka ýtti aðeins undir löngun hans til að drottna yfir henni.

Hann vildi ekki sleppa henni í lok vikunnar, jafnvel þó að hann vissi að hann gæti þvingað hana til að vera þræll með fjárkúgun eða þvingunum, vissi hann að svona samband myndi aldrei uppfylla óskir hans.

Hann þurfti á trausti og gagnkvæmri ást að halda til að hún vildi yfirráð hans eins og hann vildi algjöra undirgefni hennar.

Hann horfði á hana í langan tíma þegar hún kraup fyrir framan hann.

Hann hafði lagt hart að sér til að komast á þennan stað í lífi sínu.

Hann átti sitt eigið fyrirtæki og klúbb sem ýtti undir myrkustu langanir hans til að drottna yfir og stjórna öllu í lífi sínu.

Hann átti konu, fjölskyldu og heimili, öfund margra, en allt þetta hafði aldrei dugað.

Hann gat haft hvaða þræl sem er í félaginu eða klúbbnum, og hann hafði notað marga þeirra á einum tíma eða öðrum.

En hann hafði leitað að þeim sem hann gat eignast og elskað á sama tíma, eitthvað sem hafði alltaf farið fram hjá honum.

Hann horfði í skærgræn augu hennar.

Susan var öðruvísi, þrá hennar var að hún væri miklu meira en líkami til að nota og misnota að vild.

Hann vildi eignast, stjórna og sjá um litlu stúlkuna, drottna yfir öllum hlutum lífs hennar og sýna henni hversu djúp ást þræls og meistara getur verið.

Hversu ólíkt því sem er hjá eiginmanni og eiginkonu, eða ástvinum, en að það var svo miklu dýpra og traustara.

Hann tók upp hvítt flauelsborða af skrifborðinu hennar og hallaði sér fram til að kyssa hana djúpt.

Þegar hann setti borðann á sinn stað um hálsinn á henni.

Hún hoppaði þegar hún heyrði smellinn á klemmunni sem lokar henni eins og þéttur choker.

Hendur hans héldu áfram að strjúka henni á meðan kossinn þagði.

Hann strauk axlir hennar og niður brjóstið, til að klípa hörðu litla brumana, hristi þá til að heyra bjölluhljóminn og stynið inn í kossinn hans.

Hann rauf kossinn og stóð upp og dró hana nær sér í geirvörtunum.

„Gestir okkar munu koma bráðum, komdu litli þræll minn."

Hann fór með hana inn í fundarherbergið og ýtti henni fram fyrir sig, hann sagði einfaldlega:

"Farðu þangað."

Hann horfði á hana þegar hún beit á vörina og horfði á fjölda stólanna.

Hún færði sig að höfuðið á sporöskjulaga borðinu og kraup á gólfið við hliðina á stólnum hans.

"Jæja, litli þræll minn, hvaða hluti hefur þú lært vel í dag?"

FUNDUR MEÐ MEISTARANUM

Eldhússtarfsfólkið var komið með matinn og var á fullu í litla eldhúsinu við að undirbúa síðustu smáatriði veislunnar.

Á meðan tók meistari hans stóran stól og sagði honum að setjast við hlið sér og benti á stað á gólfinu.

Hún hrökk við þegar hann tók sæti hennar og hlustaði þegar hann talaði lágt til hennar:

"Mennirnir sem koma í dag eru nokkrir af elstu vinum mínum. Þeir eru líka meistarar og þeir munu koma með þræla sína með sér."

Hann horfði á hana þegar hún gleypti orð hans og hélt svo áfram:

"Þú munt hlýða þeim eins og þú myndir hlýða mér. En ég mun ekki láta það særa þig, Susy litla."

Hún beit í vörina á sér, svigarnir sem skreyttu botninn á henni og fæturna dundu enn með vísbendingum um hvað myndi gerast ef hún sleppti honum.

Hún leit upp þegar hann þagði og horfði í augu hans og hvíslaði:

"Ef ég elska".

Hann ætlaði að spyrja eitthvað annað um gesti sína þegar maður sem hélt á stúlku í bandi gekk inn á skrifstofuna.

Hann brosti hlýlega, rétti út höndina til að grípa í hönd Roberts og hristi hana ákveðið.

"Erum við fyrstir til að koma?"

"Reyndar, Steve, það er rétt. Gaman að sjá þig." Hann leit niður og spurði: "Og hvernig hefurðu það í dag, Shaky?"

Susan var hissa þegar stúlkan svaraði með „Hiip," eins og hljóðið í litlum hundi, og tróð sér þegar hann klappaði henni á höfuðið.

Susan horfði betur á hana þegar hún tók eftir því að hún var með rauðan leðurkraga með orðinu „tík" skrifað með demöntum að framan.

Susan var að dást að blúndukjólnum sem þrællinn var í þegar hún heyrði nafnið sitt og leit upp, kinnroðandi, þegar hinn meistarinn heilsaði henni.

„Gaman að hitta þig, herra," sagði hún með skelfilegri röddu um leið og hún roðnaði enn dýpra, mjög meðvituð um hversu berskjölduð henni leið.

Athygli hennar sneri aftur að dyrunum þegar hún heyrði mikinn hlátur frá Alan Clarkson, sem gekk inn með manni sem var eins og maðurinn sem var nýbúinn að heilsa henni.

Susan leit frá einum til annars, höfuðið snerist þegar hún horfði á tvíburameistarana tvo.

Í svima tók það hana augnablik að átta sig á því að grannvaxin stúlka stóð þegjandi fyrir aftan hlæjandi meistaraparið.

Sá sem hafði farið inn með Alan var meistari John, tvíburabróðir Steve, á eftir mjó stúlka, þræll hans Samönthu.

Auðvitað var líka Anne fyrir aftan, sem brosti og blikkaði hann.

Síðustu tveir meðlimir hópsins komu með stelpurnar sínar á nokkrum mínútum.

Susan sat hljóðlega og reyndi að vekja ekki athygli þegar mennirnir heilsuðu hvor öðrum og stelpunum.

Hún hneigði höfði og brosti þegar henni var heilsað, en hún treysti ekki skínandi röddinni sem hafði kvatt fyrsta meistarann.

Þess vegna þagði hann í taugaveiklun sinni.

Allir fluttu inn í fundarherbergið sem hafði fengið tilfinningu fyrir gömlum matsölustað af hæfileikaríku eldhússtarfsfólki.

Susan rannsakaði síðustu gestina.

Meistari Barry var þéttvaxinn maður, frjálslegri klæddur en hinir meistararnir, enda í gallabuxum og jakka sem leit undarlega út í mótsögn við fínsniðin jakkaföt hinna meistaranna.

Á eftir honum kom Cinthia, hávaxin ljóshærð ljóshærð kona, en vöðvarnir virtust gára við hverja hreyfingu.

Síðasta parið var af meistara James, eldri herramanni með skærblá augu, sem Amy fylgdi á eftir, bústnum stúlkum með smávaxinn munn sem lét hana líta út eins og amorengill.

Allar stelpurnar sátu eins og hún við hliðina á húsbóndastólum sínum þegar þjónarnir gengu inn með vín og mat á fyrsta réttinn.

Hönd húsbónda hennar gaf henni litla bita af disknum sínum og hún naut bragðsins af ríkulegum matnum.

Hún fylgdist með hinum stelpunum þegar Meistararnir töluðu um viðskipti og sameiginlega vini.

Anne hallaði sér með handleggina utan um fót meistara síns, Shaky virtist vera að krullast upp á fætur meistara síns, Amy hafði hvílt höfuðið á læri meistara síns og Cinthia virtist næstum hrista hestahalann með litlum hreyfingum höfuðsins.

Anne tók auga hans og blikkaði.

"Okkur vantar þjónustubjöllu hérna Robert, hvar eru þessir þjónar?" Master James kvartaði.

„Kannski gætum við rokkað Susan í staðinn," hló Alan.

Augu eldri meistaranna lýstu upp við sjónarhornið, þá kinkuðu þeir kolli.

„Stúlka svo lág að ég efast um að hún gæti gert nógu mikinn hávaða.

Robert hló vingjarnlega.

Hættirðu aldrei að kvarta, James?"

"Ég gæti það ef þú hristir litlu stelpuna þína."

Susan horfði á þegar meistari hennar teygði sig niður og dró keðjuna á milli geirvörtanna hennar og hristi hana, þannig að bjöllurnar hringja ljúft.

"Ég býst við að þú hafir rétt fyrir þér, James, það gerir ekki mikinn hávaða."

Eftir að hafa sagt þetta sló hönd hans út með leifturhraða og sló í hægra brjóst hennar sem olli því að hún hrópaði meira af undrun en sársauka.

"Var það betra?"

„Þetta var varla meira en væl.

James brosti og bláu augun hans tindruðu til hennar.

Eins og til að bregðast við hinu svokallaða tísti birtust þjónarnir og ruddu í burtu diskana og settu í staðinn íburðarmeiri mat.

Meistararnir fóru aftur að tala um viðskipti á meðan Susan rannsakaði stelpurnar aftur.

Hún velti því fyrir sér hvort þeir hefðu kosið að vera þrælar eða hvort þeir, eins og hún, væru föst í þeim aðstæðum.

En var hún föst?

Fyrst kannski, en nú var hún ekki viss um það.

Kannski var hann farinn að líka við hana meira en allt.

Hann leit aftur í kringum sig í hópnum og hristi höfuðið.

Þetta virtist næstum ekki raunverulegt.

Það eðlilega að setjast niður og taka á móti litlum handfyllum af meistaradisknum sínum eins og þetta væri gert á hverjum degi.

Kannski var hún orðin svo upptekin í þessum leik að hún taldi ekki lengur þrælahald sitt slæmt?

Hugsanir hennar fóru í gegnum huga hennar þegar hún opnaði og lokaði munninum hlýðnislega fyrir annan bita.

Hann velti því fyrir sér hvort ástúð stúlknanna væri hluti af þeirra eigin persónuleika eða hvort þær hefðu verið mótaðar að vilja húsbænda sinna.

Og hún furðaði sig líka á því hvernig þessar stúlkur hljóta að líta á hana, með stöðugum kinnalitum og barnaskap,

Gátu þeir sagt að hún væri ekki sannur þræll?

Týnd í eigin hugsunum hafði hún ekki hlustað á samtöl meistaranna og varð hissa þegar hinir meistararnir fóru að standa upp og yfirgáfu herbergið og skildu stelpurnar eftir í friði.

Hann horfði forvitinn upp á meistara sinn þegar hann stóð líka upp.

Hann beygði sig niður og strauk hár hennar varlega.

"Ég kem bráðum aftur litli."

Hún kinkaði kolli og horfði á þá fara.

Um leið og dyrnar lokuðust stóð hin bústna Amy upp og skoðaði borðið áður en hún renndi sér inn í tómt sæti meistara síns og lyfti næstum fullu vínglasinu upp að litlum vörum hennar.

Samantha ranghvolfdi augunum.

"Þú brjálæðingur Amy, þú ættir ekki að festast þarna inni."

"Gefðu þessu frí, Samantha, þú ert ekki elsta stelpan hér." Shaky sagði: "Amy er alltaf brjálæðingur sem mun ekki breytast, auk þess sem við verðum að skemmta okkur með nýju stelpunni." Hún brosti tönnum í áttina að Susan. „Þú verður að segja okkur, yndislega Susan, hvernig þú náðir hinum óviðráðanlega meistara Robert.

Hún hafði skriðið nær henni og lá á maganum með hendurnar studdar hökuna á meðan hún beið eftir svari.

Hvernig gat hún sagt þessum stelpum að hún væri gripin?

Að hún vissi ekkert um þrælahald og að það hefði byrjað sem leikur fyrir hana.

Hugsanir Susan fóru á kreik og hún roðnaði djúpt þegar stúlkurnar horfðu á hana og biðu eftir svari.

Samantha bjargaði henni:

„Ég held að Susan hafi ekki haft hugmynd um þetta allt saman, elskan.

Susan hristi höfuðið og lækkaði augun.

Og Samantha hélt áfram að hvísla samsærislega að hinum:

„Ég hafði aldrei verið þræll fyrir þessa viku." Hún sneri sér að Susan og brosti traustvekjandi, "ekki hafa áhyggjur elskan, þessar stelpur ætla ekki að skemmta sér með þér. Við látum meistarana eftir það." Hún hló.

"Engan veginn! Er það satt?" Shaky horfði í andlit Susan af mikilli forvitni.

Amy kom líka nær, "Jæja, jæja, sæt saklaus stúlka, sem hefði haldið að þetta væri það sem meistari Robert var að leita að, undrandi að vita smekk sinn."

Susan reyndi að forðast sína eigin undrun þegar þau töluðu um hana, en hún fann hvernig roða fylltist kinnar hennar.

Amy hélt áfram, "Meistari þinn hefur aldrei tekið þræl sem sinn eigin áður. Heldurðu að hann muni halda þér?"

Susan leit upp stórum augum og öskraði:

"Haltu mér?" Hún hristi höfuðið, "Ég hélt að þetta yrði skemmtilegur leikur, en núna er allt ruglað í huganum. Með ykkur öll hérna virðist þetta vera eðlilegasti hlutur í heimi, en ég veit það ekki alveg . það sem ég er að gera oftast."

"Ó, þegiðu elskan, allt er í lagi." Samantha sagði með blikk: "Ég hef fylgst með þér alla vikuna og þú lítur ótrúlegri út með hverjum deginum sem líður."

Shaky brosti. "Þú ert virkilega nýliði, nei! Jæja, veistu bara að ef hann leyfir þér að hitta alla meistarana okkar, þá held ég að hann ætli að halda þér í kring um stund." Shaky sleikti kinn Susan og fékk hana til að hlæja, "Og það væri gaman að fá nýjan leikfélaga, eða viltu frekar Samönthu?"

Amy leit niður af borðinu og þrýsti vörum sínum saman.

"Það eru margir þrælar í klúbbnum sem hafa þjáðst fyrir að vera með hálsmen meistara Roberts. Ef hann ákveður að vera hjá þér ættum við að geta heyrt grátgrát þeirra allra." Hún hló , klappaði höndunum og drakk annan sopa af víni meistara síns. „Mér þætti gaman að sjá andlit þeirra þegar þau komast að því."

„Ég býst við að það sem stelpurnar meina sé að svo virðist sem meistari Robert ætli að hafa þig hjá sér. Anne hætti þegar hún sá kvíðan í augum Susan. "Þér finnst gaman að vera þræll hans, ekki satt?"

Susan var hissa á spurningunni.

Honum líkaði?

Hún beit á vörina þegar hún hugsaði um það.

Hún hafði verið að segja sjálfri sér að hún væri góð stúlka neydd í þrældóm, en hvernig gat hún sagt það við þessar stúlkur?

Hún vildi ólmur spyrja hvernig þeir urðu þrælar.

Hafa þeir val um að ákveða hvort þeir væru... allt í lagi?"

Cinthia hreyfði hestahalann sinn, hnýtti aðeins og hallaði höfðinu.

Amy renndi sér til jarðar og benti á Cinthia og hvíslaði:

"Ég veit ekki hvernig hann gerir það!"

Augnabliki síðar opnuðust dyrnar og þjónarnir komu til að hreinsa borðið.

Hver stúlknanna stóð þegjandi á sínum stað þar sem þjónarnir unnu hratt að því að fylla borðið af ávöxtum og ostum og þær voru enn einar eftir.

Aftur horfðu allar hinar stelpurnar á Susan og biðu enn eftir einhvers konar viðbrögðum.

„Ég veit ekki hvað ég er að gera, hvað þá hvað ég vil," sagði Susan dapur. "Þetta er ólíkt öllu sem ég hef upplifað áður. Þið virðist öll vera svo góð, svo, um, eðlileg!" Cinthia hnussaði og lyfti augabrún. „Jæja, þú veist hvað ég meina, fyrir venjulegan heim er staðalmynd kynlífsþræls..." hún leitaði að rétta orðinu.

Hún gafst upp og yppti öxlum.

„Ó, allt í lagi dúkka," kom Anne henni til varnar. "Við þekkjum staðalímyndina, en hafðu augun og huga þinn opinn fyrir öllu sem þú sérð og heyrir og þú munt átta þig á því að það er ekkert eðlilegt í öllum þessum heimi. Hugsaðu um kynlíf eins og ís, ef allir væru hrifnir af vanillu Þvílíkur leiðinlegur heimur væri það. ."

Amy ranghvolfdi augunum og kinkaði svo kolli til Susan.

"Ís er klístruð gömul samlíking, en hún virkar. Fólk hefur gaman af mismunandi hlutum, mat, bílum, fötum og kynlífi. Ég myndi segja að þú yrðir að ákveða það sjálfur, en ég held að þessi ákvörðun hafi þegar verið tekin fyrir þig."

Susan beit á vörina og ætlaði að mótmæla því að hún hefði einn dag í viðbót til að ákveða sig, en viðvörunarkerfið hennar, Cinthia, kom þeim aftur á sinn stað rétt þegar Masters voru að snúa aftur í sæti sín og spjalla glaðlega um klúbbaviðskipti og sameiginlega kunningja.

Eftir að það virtist vera klukkutímar, en líklega ekki fleiri en einn, kæfði Amy geispi án mikils árangurs og vakti athygli borðsins.

Meistari James leit niður, "Jæja, það er það sem þú færð fyrir að vaka fram yfir háttatímann, elskan."

Hann leit upp með kjaft og byrjaði að mótmæla: "En..."

Harðorðslegt augnaráð frá meistara hennar fraus tungu hennar og hún baðst afsökunar og kraup og réttir úr sér.

James brosti svo og ruglaði krullunum.

"Af hverju spyrðu ekki meistara Robert hvort þú megir leika þér með bjöllurnar hennar Susan til að halda þér uppteknum í smá stund lengur og svo fer ég með þig heim, litla?"

Ógæfa glitraði í augu hennar þegar hún reis á fætur og sneri sér svo ljúflega að Robert sagði.

"Ó takk, meistari Robert, má ég? Þetta eru svo fallegar litlar bjöllur og þú átt svo fallegan þræl."

„Hvernig gat ég sagt nei við svona sætri stelpu? Robert brosti.

"Þakka þér fyrir, meistari Robert, takk!" Amy hrökklaðist upp og hvarf undir borðið til að skríða til Susan.

"Það lítur út fyrir að hún sé vakandi núna." Alan hló þegar Shaky gaf æstum óp og róaðist með snöggu togi í tauminn.

"Það virðist sem allir vilji leika við nýju stelpuna." Barry muldraði.

Robert brosti til hennar.

„Ég get ekki sagt að ég kenni þeim um, mér finnst mjög gaman að leika við hana."

Þessu var tekið með miklum hlátri og hann fann sig enn og aftur roðna af reiði undir eftirliti herbergisins .

Amy sat glöð við hliðina á henni og lék sér með geirvörtur Susan og hringdi bjöllunum á ýmsum tempóum meðan samtalið hélt áfram í kringum hana.

Hún fann meistara sinn leika sér með hestahalann og horfði í stingandi augun.

Andardráttur hennar kipptist við og augu hennar stækkuðu þegar hún fann munninn á Amy herðast um geirvörtuna.

Þegar hann lék á bjöllurnar með fingrunum færðist tungan hans yfir harða bleika blettinn hennar.

hans tindruðu og hrukku við hornin í brosi sem fannst ekki bara á munni hans.

"Það lítur út fyrir að stelpan mín sé of spennt eins og venjulega, það er best að ég fari með hana heim eða hún verður of kvíðin til að sofa aftur. Komdu stelpa, við skulum fara með þig heim." Meistari James stóð upp þegar hann talaði.

Amy hallaði höfðinu aftur á bak og sleppti geirvörtunni sem hún hafði hjúkrað með miklum hvell.

Hann leit upp og spurði lágt:

"Má ég kyssa þig bless?"

"Já elskan. Þakkaðu svo meistara Robert og við erum á leiðinni."

Amy lagði aðra höndina á kinn Susan og hina á háls Susan og hélt henni á sínum stað þegar hún þrýsti vörum sínum að sínum.

Susan fann fyrir áleitnu tungunni og skildi varirnar hógværlega þegar bústinn kyssti hana blíðlega en djúpt og rannsakaði munninn á henni með flöktandi tungu og varð Susan andlaus í lok kossins.

"Bless, nýi vinur minn, ég vona að við sjáumst oft oftar. Þú verður að mæta á leikdaga, ég á fullt af frábærum leikföngum!" Hún vældi þegar meistari hennar ræsti hann og stóð upp, "Þakka þér fyrir að leyfa mér að leika við Susan Master Robert."

"Vertu velkomin elskan, sofðu rótt. Gamli kurteisi húsbóndinn þinn lítur út fyrir að vera hallærislegur."

Amy setti upp sitt tælandi saklausa andlit: "Trúirðu því?" Hún horfði á húsbónda sinn upp og niður, "Kannski ætti ég að taka fram hjúkrunarfræðingabúnaðinn minn þegar við komum heim til mín og gefa það ávísun."

"Ó, ég held að það sé örugglega það sem þú þarft, elskan. Farðu nú og farðu heim."

James stundi: "Takk fyrir það vinur minn, kannski næst þegar ég get fyllt höfuð Susan af húsverkum til að halda þér uppteknum."

Amy brosti og sneri aftur að borðinu, "Bless dömur og dömur."

Hún tók síðan í hönd meistara síns og hélt áfram að leiða hann út úr herberginu á meðan hann kvaddi.

Steve hló og sagði hljóðlega við John:

"Ó, ég held að það verði enn eitt kvöldið til að minnast fyrir þennan ósvífna krakka."

John hló.

„Nema James ákveði að lemja hana á langri ferð heim.

„Við Cinthia ættum líka að vera á leiðinni núna, ég vil fara í reiðfélagið og við eigum mikinn undirbúning fyrir höndum.“ Barry urraði í sínum djúpa barítón.

Robert stóð upp og brosti.

"Ó já, auðvitað. Það er heppið að þú varst í bænum á fundinum okkar. Takk fyrir komuna Barry."

Robert gekk í átt að dyrum herbergisins áður en hann sneri sér við og benti hinum:

"Af hverju færum við okkur ekki yfir í þægilegri stólana þegar nær dregur kvöldi? Útsýnið er frekar gott þarna uppi."

Meistararnir stóðu upp og fylgdu á eftir með stelpurnar sínar á eftir.

Anne ýtti Susan til að hreyfa sig.

Hann hafði fylgst með Cinthiu og langfættu göngulagi hennar þegar tilvísunin í reiðklúbbinn datt loksins í hug hans.

Hann horfði meira á hinar stelpurnar en að reyna að sjá eiginleika þeirra, ef svo má að orði komast.

Shaky var yndislegur lítill hvolpur og Anne var gróskumikil, kynþokkafull stelpa, en Samantha var að rugla í henni.

Susan var undrandi að sjá stúlkuna ganga, hún var tignarleg eins og hún væri ballerína.

Enn og aftur fannst Susan vera út í hött, það var ekkert sérstakt við hana og hún átti mikið eftir að læra.

Hún áttaði sig á því að hún gæti aldrei verið sérstök eins og þessar stelpur og að meistari hennar hafði aðeins verið að leika við hana.

Með þessu áttaði hún sig á því að hann myndi ekki, gæti ekki haldið henni sem þræli sínum ef hún hefði ekki sérstaka eiginleika.

Hún fann mikinn léttir í gegnum sig yfir því að hún þyrfti ekki að ákveða sjálf.

En fljótt fylgdi tilfinningunni sorgarbólga.

Hún beit í vörina í hugsun, fylgdi meistara sínum að stólnum sínum og settist við hliðina á honum.

Hún hristi hugsanirnar út úr höfði sér aftur þegar meistari hennar vafði hönd sinni um hestahalann hennar enn og aftur og leit upp til hans.

"Hey John, fáðu stelpuna þína til að þjóna mér bróðir, þessi þræll er gagnslaus með öllu sem kemur ekki í flösku eða dós."

Steve ýtti við Shaky með fæti sínum og hún urraði lágt á hann, sem fékk hann til að kinka kolli.

Með kinkandi kolli frá meistara sínum færði Samantha sig í átt að meistara Steve með dansandi fætur.

Hún þrýsti líkama sínum að honum og sleikti háls hans upp að eyra hans, nartaði mjúklega og grenjaði:

"Meistari, hvað vill þessi þræll að ég fái fyrir þig í kvöld?"

"Skotskur vinsamlegast, yndislegur."

Samantha rétti sig úr líkamanum, snérist á fótunum og hún renndi sér í átt að eldhúsinu.

Hún þurrkaði niður ferskt glas og sneri sér örlítið til að gefa áhorfendum sýn á svalandi, bogadregna útlínur líkama hennar þegar hún renndi glerröndinni upp og yfir brjóstið, skjálfandi og dró djúpt andann.

Susan horfði á hana, heilluð.

Anne fyllti glasið sitt hálfa leið áður en hún opnaði frystihurðina og lét köldu loftinu skolast yfir sig.

Þetta loft gerði geirvörtur hennar harðnandi og sýndu oddhvassar þær greinilega undir fínu silkiflíkinni sem hún klæddist.

Hann greip ís og sleppti því í glasið með háu hljóði.

Hún lokaði frystihurðinni með mjaðmahreyfingu og hallaði sér aftur, hristi höfuðið og lét hárið falla í bylgju af dökku silki.

Hún snéri sér að meistaranum, brjóst hennar burstuðu handlegg hans og lyfti glasinu að vörum hennar fyrst, til að kyssa brúnina, hún purpaði:

"Viskíið þitt, meistari Steve, þessi þræll vonast til að þjónustan þín hafi þóknast henni."

„Frábær þjónusta eins og alltaf, og eitthvað sætt. Farðu nú aftur til meistara þíns áður en hann gleymir hverjum þú tilheyrir."

Susan var hrifin af því hvernig Samantha lét uppáhellinguna líta svo kynþokkafullan út.

Hún fann sjálfa sig að vilja geta gert það og leit upp til að sjá viðbrögð meistara síns aðeins til að finna hann fylgjast með henni af athygli.

Hugsanir hans stukku í hausinn á honum.

Væri hún svo fyndin að þóknast honum?

Kannski gæti hún lært að vera svona glæsileg og aðlaðandi og kannski myndi meistarinn vilja halda henni.

Hún hafði sannfært sjálfa sig um að hann myndi senda hana í burtu eftir að vikan væri liðin.

Hún var föst í framsækinni hugsun og velti því aftur fyrir sér: Var þetta lífið sem hún vildi, að vera í eigu sem þræl, að vera neitað um valfrelsi sínu með því að hlýða öllum skipunum hennar? Gæti hún lært að vera sérstök á einhvern hátt? vinsamlegast honum?"

Löngun hennar til að þóknast honum enn og aftur dró úr öllum öðrum spurningum hennar og hún beindi athygli sinni aftur að lávarðanum sem héldu áfram að grínast þegar leið á síðdegis og himininn varð bleksvartur.

Tvíburameistararnir neituðu frekari drykkjum á þeim forsendum að þeir hefðu trúlofun á klúbbnum um kvöldið og Alan sagði einnig að hann hlakkaði til að heimsækja klúbbinn og sjá hvað væri til sýnis.

Róbert neitaði að ganga til liðs við þá á þeim forsendum að hann hefði enn vinnu til að sinna.

Hann stóð upp til að ganga að dyrum fundarins, spjallaði vingjarnlega, og Susan fylgdi þegjandi á eftir og þakkaði Anne fyrir allan stuðninginn allan daginn og kvöldið.

"Æ elskan, þetta var ekkert, við höfum öll verið ný í þessum lífsstíl á einhverjum tímapunkti."

Anne kyssti Susan á kinnina og fylgdi Alan inn í lyftuna.

Þegar lyftan loksins lokaðist sneri Robert sér við og gekk aftur inn á skrifstofuna, viss um að hún myndi fylgja eftir.

Þegar hún kraup fyrir framan hann, hallaði sér aftur á hæla sér, hallaði hann sér fram til að strjúka henni um kinnina.

"Ég er mjög ánægður með frammistöðu þína í dag, stelpa."

Hann hallaði sér inn til að kyssa hana djúpt og hún fann fiðrildi flögra í maganum á henni og unaður niður hrygginn.

Ég var glöð!

Gleðin sem hún fann var áþreifanleg ásamt kossi hans.

Hann hugsaði ekki um annað en hvernig orð hans og snerting hans létu henni líða.

"Nú þegar við erum búin að ganga úr skugga um að þú hafir frí, skulum spila leik Susy. Ég veit hvernig þér líkar við leiki." Hann brosti til hennar með vitandi brosi.

"Já herra." hvíslaði hún.

Hún hafði vonað að þegar gestirnir væru farnir fengi hún að fara heim og slaka á.

Þetta hafði verið mjög langur dagur og hún var mjög rugluð, með allar hugsanir hennar flækt í huganum.

Hann hélt áfram:

"Við getum hvor um sig spurt þriggja spurninga um kvöldið. Þú getur spurt mig hvað sem þú vilt vita um gesti okkar og kvöldið. Ég mun spyrja þig spurninga um það sem ég vona að þú hafir lært. Og eins og alltaf, ef ég er það ekki ánægður með svörin þín mun það hafa afleiðingar."

.

Hann hrökk við vitandi að hann fylgdist ekki nógu vel með smáatriðum og hugurinn reikaði oft,

Hún hefði átt að vita að það yrði próf, hann var alltaf að prófa hana einhvern veginn.

En hún kinkaði kolli og hvíslaði:

"Ef ég elska".

"Jæja þá, nú skulum við byrja, gefðu mér nafn hvers gests og þræls þeirra."

Hann dró djúpt andann og byrjaði með skjálfta í röddinni:

"Alan Clarkson og þræll hans Anne, Steve Goodman og þræll hans Shaky, John Goodman og þræll hans Samantha, James Smith og þræll hans Amy, og Barry Collins og stúlkan hans Cinthia."

Hún beit á vör, eftir að hafa ekki verið formlega kynnt, hafði hún heyrt nöfnin og sett saman eftirnöfnin af þekkingu sinni á minnismiðunum og tölvupóstunum sem hún hafði sent þeim sem aðstoðarmaður þeirra.

„Mjög áhrifamikill," brosti hann, „en ég er hræddur um að sem þræll , sem var eina hlutverk þitt í kvöld, ættir þú að vera ávarpaður sem meistari og fylgt eftir með fornafni þínu. hún klappaði á kjöltuna á sér þegar hún sá neðri vörina síga, "Í kjöltunni á mér, litla Susy."

Hinir sársaukafullu brjálæðingar, sem höfðu markað hana sem hóru fyrr um daginn, voru löngu dofna.

Hann strauk hendinni mjúklega yfir botninn á henni áður en hann sló hann fast og horfði á handprentið byrja að ljóma bleikt á sléttri húð hans.

Hún beit á vörina stynjandi þegar hún hreyfði fæturna.

Á meðan fór hönd hans niður fjórum sinnum til viðbótar, einn fyrir hvern meistara sem hafði mætt í síðbúinn hádegisverð.

Nokkur tár höfðu runnið niður kinnar hennar, meira af því að valda honum vonbrigðum en höggunum, þegar hann snerti rassinn á henni og lagði til:

"Þú átt að gera".

Hún hugsaði og spurði:

„Hver stúlkna var sérstök á einstakan hátt, þar sem Shaky var ungstelpa, eru þær þjálfaðar til að vera þannig af meistaranum sínum eða er það náttúrulega þannig?

"Sumir þrælar hafa fyrirhuga á ákveðnu hlutverki og verða teknir af meistara og þjálfaðir fyrir óskir sínar og þarfir." Hann þagði um stund áður en hann hélt áfram, "Sumir meistarar kjósa autt striga og munu taka stelpu og móta hana að vild. Hins vegar, fyrir hvorn möguleikann, verður stúlkan að hafa eðlilega undirgefni. Þvinga ánauðin til stúlkunnar ekki koma alltaf eins vel út og meistari vill."

Hugur hans skaust.

Var ekki verið að þvinga hana?

Þetta hafði byrjað sem leikur.

Hún hafði samþykkt að vera hans og hlýða honum algjörlega í viku.

Hún viðurkenndi að hún hefði ekki verið þvinguð til að samþykkja það, en hún vissi ekki alveg hvað hún var að samþykkja.

Höndin sem strauk henni fyrir aftan hætti þegar hann byrjaði að tala og hún hlustaði með athygli á næstu spurningu hans.

„Af þessum sex stelpum hér í kvöld, segðu mér frá hverri þeirra sérstöku hæfileikum eins og þú sást þá.

Hann vissi að það voru aðeins fimm stúlkur, en honum líkaði ekki að leiðrétta hann á meðan hann var í svona viðkvæmri stöðu, svo hann byrjaði:

"Shaky er mjög hvolpur. Ég held að Cinthia sé hestur. Amy er mjög barnaleg. Anne er busty ljóshærð sprengja. Samantha henti mér, en ég held að hún sé ballerína og hreyfir sig mjög tignarlega."

Hún sneri höfðinu til að horfa vonandi á hann.

Hann sló tvisvar harkalega í rassinn á henni.

"Anne, eins og þú, litla Susy mín, er örvuð af sársauka á þann hátt sem flestir þrælar hafa ekki gaman af. Samantha, til dæmis, er alls ekki uppvakin af sársauka eða refsingu. Ánægja hennar stafar af því að gleðja meistara hans. Og hann skín í því hvernig hann þjónar, dansandi.

Meistari hans fylgir lífsstíl austræna." Hönd hennar sveif aftur og hún lyfti augabrún, "og sjötta?"

Hún beit í vörina með hikandi augnaráði þegar hugur hennar flýtti sér að reyna að komast að því hvers hún hafði saknað í svari sínu.

Hún horfði á bros hans þegar hönd hans lækkaði aftur.

Hún öskraði og sagði:

„Ég skil ekki þar sem það voru aðeins fimm stúlkur."

Hann sló hana aftur þegar hún svaraði:

"Þú gleymdir mikilvægasta þrælnum mínum!" Hönd hans kom niður aftur til að koma á framfæri sínu. "Þú varst þarna, var það ekki?"

Hún sneri sér við og öskraði:

"Já, meistari, en ég er ekki sérstakur, ég hef enga sérstaka hæfileika."

Hún lækkaði höfuðið og lét tár falla.

Hjarta hans sleppti takti, hún var í raun svo saklaus og barnaleg, svo sérstök í þörf sinni fyrir að þóknast og þjóna að hún sætti sig við allar þær kröfur sem hann hafði gert til hennar og sætti sig við refsingar hans næstum fúslega.

Hún var, með sínum roða og ljúfa lund, ímynd barnalegs manns og gerði sér ekki einu sinni grein fyrir því.

Litla sæta prinsessan hans á almannafæri og sársaukafulla hóran hans í einrúmi þegar hann vildi það.

"Hef ég ekki sagt þér alla vikuna að þú sért sérstakur ? Hvað er sérstakt við löngun mína til þín og þörfina á að eiga þig? Eftir að hafa hitt nokkra af vinum mínum, heldurðu að ég myndi kynna þá fyrir þræl sem var ekki sérstakur ? " Hann öskraði næstum því síðasta, sem fékk hana til að skjálfa og huga hennar hrökklaðist af ringulreið.

Susan stundi.

„Já meistari, ég meina nei meistari, ó..." öskraði hún, „ég veit ekki hvað ég á við."

Hönd hans hélt áfram niður rauða rassinn á henni og fékk hana til að stynja meira, hitinn streymdi í gegnum líkama hennar þegar hann sló hana og lét hana nudda kviðinn í kjöltu hennar þegar hún fann hörku hans vaxa og kisuna nuddast við lærið á henni.

Hún lokaði augunum andköf og stundi hátt.

Hitinn, sársaukinn og tilfinningin fyrir honum sendu krampa í gegnum líkama hennar.

Rétt þegar hún ætlaði að koma hætti hann að leggja höndina þungt á bakið á henni og hélt henni á sínum stað svo hún gat ekki hreyft sig.

"Og næsta spurning þín er..."

Hún gat ekki hugsað beint, þörf hennar fyrir að koma svo brýn að líkami hennar skalf og hún stundi.

"Hvað viltu núna sem þú þarft að biðja um litla druslu um?"

Hún fann að ákafur skömminni hylja sig þegar hún lýsti þörf sinni:

"Vinsamlegast meistari, ég þarf að koma, leyfðu mér að ásamt."

Það var í fyrsta skipti sem hann spurði hana og það var eins og lokahindrun sem hún hafði stokkið áreynslulaust.

Hann lyfti hendinni upp í hana og byrjaði aftur að lemja þéttar, kringlóttar kinnar, hönd hans skoppaði af rauða yfirborðinu þegar hún sló í læri hans og hani.

Hann vildi hana svo mikið að hann efaðist um að hann gæti beðið vikuna með að taka hana, en hann þurfti að bíða til að tryggja að hún yrði áfram.

Hún stirðnaði og gaf frá sér langt, andköf þegar höfuð hennar synti af sársauka og ánægju.

Kisan hennar dundi af bráðnauðsynlegri ásamt, sem virtist skjóta ánægjustraumum í gegnum líkama hennar eins og byssuskot þegar hún hélt áfram að koma í langan tíma.

Loks féll hún halt í kjöltu hans.

Hann tók hana upp og vöggaði hana í fanginu.

Þegar hún jafnaði sig á litlum líkama hennar skjálfandi og kúrði í fang hans.

Hann brosti.

"Lítur út fyrir að það sé ekki mikil refsing fyrir þig, litla sársaukatíkin mín. Nú spurðir þú bara spurningu, svo ég býst við að það sé komið að mér aftur."

Hún hoppaði og andvarpaði þegar hún áttaði sig á því að leikurinn væri ekki búinn og hristi höfuðið til að hreinsa hugsanir sínar.

Hann tók um höku hennar og hallaði höfðinu upp til að mæta augum hennar.

"Hvað er vika löng, Susy?"

Spurningin kom henni á óvart, hún beit á vörina og hélt að það hlyti að vera annað svar við hið augljósa, en hún gat ekki hugsað um það, svo hún hvíslaði:

"Sjö dagar".

Hann brosti þegar hann horfði á dögun skilnings á andliti hennar.

"Þú hefur staðið þig vel fyrri hluta vikunnar þinnar, litli þræll minn." Hann sagði að vera viss um að hún vissi fulla meiningu hans.

"Sjö dagar."

endurtók hún hvíslandi.

Hugur hennar reikaði til þeirra áætlana sem hún hafði gert um að vera heima hjá foreldrum sínum um helgina til að hjálpa til við afmælisveislu og hún fór að bíta á vör áhyggjufull.

Hann fylgdist vel með henni áður en hann spurði:

"Síðasta spurningin þín, Susy?"

Hún horfði á hann áhyggjufullum augum og hvíslaði:

"Ég hélt... ég meina, ég gerði ráð fyrir...umm..."

Hún horfði á andlit hans án þess að lesa neitt í augum hans til að hjálpa henni að segja honum að hún hefði gert ráð fyrir að vikan hennar yrði vinnuvika, aðeins fimm dagar, svo hún var hvött til að spyrja:

"Eiga þrælar frí um helgar?"

LOK FYRSTA HLUTA